மாயூரம் வேதநாயகம் பிள்ளையின்
பிரதாப முதலியார் சரித்திரம்
(சுருக்கப் பதிப்பு)

சுருக்கப் படைப்பு:

ச. இலட்சுமி நாராயணன்

சுரா பதிப்பகம்
An imprint of Sura Books (Pvt) Ltd.
(ISO 9001 : 2000 சான்றிதழ் பெற்ற நிறுவனம்)
சென்னை

விலை ரூ.**40.00**

Pradaba Mudaliar Charithram

Published in arrangements with
Uma Publications

© வெளியீட்டாளர்கள்

முதற் பதிப்பு : ஜனவரி, 2008

அளவு : 1/8 கிரவுன்

பக்கங்கள் : 88

விலை: ரூ.40.00

ISBN: 978-81-8449-195-1

(வெளியீட்டாளரின் எழுத்து மூலமான அனுமதி இன்றி இப்புத்தகத்தை
மறுபதிப்புச் செய்யவோ, வேறு மொழிகளில் மொழிபெயர்க்கவோ,
அச்சடிக்கவோ, போட்டோகாபி செய்யவோ கூடாது)

சுரா பதிப்பகம்
[An imprint of Sura Books (Pvt) Ltd.]

தலைமை அலுவலகம்:	கிளை அலுவலகம்:
1620, 'ஜே' பிளாக்,	XXXII/2328, நியூ கலாவத் சாலை,
16-வது பிரதான சாலை,	பி.எஸ்.என்.எல். எதிரில்,
அண்ணா நகர்,	சென்னொத் கிளாஸ் அருகில்,
சென்னை-600 040.	பலாரிவட்டம், எர்ணாகுளம் - 682025.
☎ 91-44-26162173, 26161099	☎ 0484-3205797

டி. கிருஷ்ணா பிரஸ், சென்னை-600 102ல் அச்சடிக்கப்பட்டு,
சுரா பதிப்பகத்திற்காக [An imprint of Sura Books (Pvt) Ltd.]
1620, 'ஜே' பிளாக், 16-வது பிரதான சாலை, அண்ணா நகர், சென்னை - 600 040ல்
திரு. வீ.வீ.கே. சுப்புராசு அவர்களால் வெளியிடப்பட்டது.
தொலைபேசி எண்கள்: 91-44-26162173, 26161099. தொலைநகல்: (91) 44-26162173.
e-mail: enquiry@surabooks.com   website: www.surabooks.com

முன்னுரை

தமிழ் மொழியில் முதலில் எழுதப்பட்ட புதினம் என்ற பெருமை கொண்டது 'பிரதாப முதலியார் சரித்திரம்.' இந்நாவலை எழுதியவர் மாயூரம் ச. வேதநாயகம் பிள்ளை. திருச்சியிலுள்ள குளத்தூரில் கிறித்தவக் குடும்பத்தில் பிறந்தவர். இளமை முதலே தமிழ்ப்பற்றும் தமிழிசைப்பற்றும் கொண்டவராக விளங்கினார். சீர்காழி, தரங்கம்பாடி, மாயவரம் ஆகிய இடங்களில் நடுவராகப் (முன்சீப்) பணி புரிந்தார். நீதி தவறாத நேர்மையாளர். பொதுத் தொண்டிலும் ஆர்வம் காட்டி வந்திருக்கிறார். இவர் எழுதிய பிற நூல்கள் சுகுணசுந்தரி, சர்வசமய சமரசக் கீர்த்தனைகள், நீதி நூல், சித்தாங்க சங்கிரகம், பெண்மதி மாலை முதலியன. தமிழில் உரைநடை நூல்கள் இல்லை என்கிற குறைபாட்டை நீக்குவதற்காகத்தான் இந்தப் புதினத்தை எழுதியதாகக் குறிப்பிடுகிறார் வேதநாயகனார்.

கதையின் இடையிடையே நகைச்சுவை பேச்சுகளும், நிகழ்ச்சிகளும் நிறைந்திருக்கும் இப்புதினம், அறக் கருத்துகள் நிரம்பியதாக உள்ளது. நற்குணம் படைத்த கதை மாந்தர்களே இப்புதினத்தில் பெரிதும் படைக்கப்பெற்றுள்ளனர். புதினம் உதிரியான நிகழ்ச்சித் தொகுப்பு போன்று தோற்றமளித்தாலும், புதிய முயற்சி, முதல் முயற்சி என்பதையும் நாம் கவனத்தில் கொள்ள வேண்டும்.

'பிரதாப முதலியார் சரித்திரம்' என்று பெயர் சூட்டப்பட்டிருந்தாலும் உண்மையில் இப்புதினத்தில் முக்கிய பங்கு பெறுபவர்கள் கதைநாயகனின் தாயார் 'சுந்தரத்தண்ணி'யும் நாயகனின் மனைவி ஞானாம்பாளுமே ஆவார்கள். பெண்ணியம் வெகுவாக இந்நாளில் பேசப்படுகிறது. ஆனால் அன்றைய காலகட்டத்தில் பெண்களுக்கு முழு முக்கியத்துவம் கொடுத்துத் தமிழின் முதல் புதினம் படைக்கப்பட்டிருக்கிறது என்பது போற்றத்தக்க செய்தியாகும்.

இப்புதினத்தின் சுருக்கப் பதிப்பை உருவாக்கும் வாய்ப்பினை நல்கிய மலேசியா உமா பதிப்பக உரிமையாளர் திருமிகு.ஆ.சோதிநாதன் ஐயா அவர்களுக்கு என் நன்றிகளை உரித்தாக்குகிறேன். உறுதுணையாயிருந்த திரு.குணத்தொகை அவர்களுக்கு என் நன்றி.

அன்புடன்,
ச. இலட்சுமி நாராயணன்

பதிப்புரை

தொடக்க காலம் முதல் இந்நாள் வரை வெளிவந்துள்ள சிறந்த தமிழ்ப் புதினங்களை எளிமையாக அறிமுகம் செய்யும் முயற்சியாக, முதலில் பத்துப் புதினங்களைத் தேர்ந்தெடுத்து, அவற்றைச் சுருக்கப் பதிப்பாக வெளியிட விரும்பினோம்.

மூல நூலாசிரியரின் மொழி நடை, கருத்து, சுவை குன்றாமல் கதையை எடுத்துச் செல்லும் பாங்கு, கதைத் தொடர்பு விடுபடாமை ஆகிய எதிலும் குறை நேராவண்ணம் மிகுந்த அக்கறையுடன் இந்நூல் வரிசை உருவாக்கப் பெற வேண்டும் எனக் கருதினோம்.

காலத்துக்கு ஏற்ற இம்முயற்சியைப் பாராட்டி, நல்லாலோசனைகள் வழங்கியும், புதினங்களைத் தெரிவு செய்தும், நெறிவகுத்தும் தந்தவர் பெருமதிப்புக்குரிய பன்னூலாசிரியர் திரு. பிரபஞ்சன் அவர்கள். அவர் வழி நின்று இந்த நூலைச் செம்மையாகச் சுருக்கித் தந்துள்ளார் திரு. ச. இலட்சுமி நாராயணன். இருவருக்கும் எங்கள் மனமார்ந்த நன்றி.

குறுகிய காலத்தில் நிறையப் படிக்க விரும்பும் வாசகர்களுக்கு இத்தகைய சுருக்கப் பதிப்புகள் பெரும் பயன் அளிக்கும் என்பது எங்கள் நம்பிக்கை. சுருக்கப் பதிப்புத் தமிழ்ப் புதினங்கள் தொடர்ந்து வரும். வாசகர்கள் ஆதரவைப் பெரிதும் எதிர்பார்க்கின்றோம்.

ஆ. சோதிநாதன்
பதிப்பாசிரியர்

பிரதாப முதலியார் சரித்திரம் 5

இந்தத் தேசம் இங்கிலீஷ் துரைத்தனத்தார் சுவாதீனமாகிச் சில காலத்திற்குப் பின்பு சத்தியபுரி என்னும் ஊரிலே நான் பிறந்தேன். என் பாட்டனாராகிய ஏகாம்பர முதலியார் இந்தத் தேசத்தை ஆண்ட நவாபுகளிடத்தில் திவான் உத்தியோகம் செய்து, அளவற்ற திரவியங்களைச் சம்பாதித்தார். என் பாட்டனார் படித்ததும், அவருக்குத் திவான் உத்தியோகம் கிடைத்ததும், எல்லாம் அதிசயிக்கத்தக்க விசயம். "இப்படிப்பட்ட திவான்கள் முன்னும் இல்லை, பின்னும் இல்லை" என்று யாவரும் சொல்லும்படியாக என் பாட்டனார் அதிகாரம் செலுத்தி வந்தார்.

அவர் காலஞ்சென்ற பிறகு, அவருடைய சொத்துகளெல்லாம் என் பிதாவுக்குக் கிடைத்து, அவர் அனுபவித்து வந்தார். என் தகப்பனார் பெயர் கனகாசல முதலியார். என் தாயார் பெயர் சுந்தரத்தண்ணி. என்னுடைய பெயரைச் சொல்ல எனக்கே சங்கோசமாயிருக்கின்றது. ஏனென்றால் அந்த நாமத்துக்குத் தகுந்த குணம் என்னிடத்தில் இல்லை; மேலும் என்னுடைய பெயரை எழுதி நீட்டினால் காத வழி தூரம் நீளும்; இந்தப் புத்தகமும் அந்தப் பெயருக்கே சரியாயிருக்கும்; ஆகையால், என்னுடைய பெயரைச் சுருக்கி, "பிரதாப முதலி" என்று என்னை எல்லாரும் கூப்பிடுகிறது வழக்கம். என் தாய் தந்தையர்க்கு நான் ஏக புத்திரனாதலால், என்னை மிகவும் அன்பு பாராட்டி அருமையாக வளர்த்தார்கள்.

எனக்கு ஐந்தாம் வயது ஆரம்பமானது முதல் வித்தை கற்பிக்க வேண்டுமென்று என் தாயார் சர்வப் பிரயத்தனம் செய்தும் பலிக்கவில்லை. எனக்கு வயது போதாது என்று, என் தகப்பனார்

காலத்தை வீணாக்கி வந்தபடியால், என்னை எட்டாம் வயது எட்டிப் பார்க்கிற வரையில், நான் குஷியாயிருந்தேன்.

என் மாதாவினுடைய அலட்டைப் பொறுக்க மாட்டாமல், என் தந்தையார் என்னை ஒருநாள் தனியே அழைத்து, "உன் தாயார் உன்னைப் பள்ளிக்கூடத்தில் வைக்கவேண்டுமென்கிறாளே, நீ என்ன சொல்லுகிறாய்?" என்று கேட்டார். உடனே நான் தந்தையை நோக்கி, "ஐயா, நானும் படிக்கவேண்டுமா? எனக்கிருக்கிற சுயபுத்தி போதாதா? ஏழைகள் ஜீவனம் செய்து பிழைக்க வேண்டியதற்காக அவர்களுக்குக் கல்வி அவசியந்தான்; நான் படிக்க வேண்டிய அகத்தியமென்ன? ஏதாவது வாசிக்க வேண்டியிருந்தால் வாசிக்கவும், எழுத வேண்டியிருந்தால் எழுதவும், நமக்குக் காரியஸ்தர்கள் இல்லையா? கணக்கர்களில்லையா?" என்றேன். இது நான் சுயமாகச் சொன்னதல்ல; என் பாட்டியார் அடிக்கடி அந்த வார்த்தைகளைச் சொல்ல நான் கேள்விப்பட்டிருந்ததால் அந்தப் பிரகாரம் நான் பாடம் பண்ணிக் கொண்டு சொன்னேன். அந்த வார்த்தைகள் என் சொந்த வார்த்தைகளென்று என் பிதா எண்ணி, ஆனந்த சாகரத்தில் மூழ்கினார்.

என் தாயாருக்கு முகம் மாறிவிட்டது. பிறகு, சற்று நேரம் பொறுத்து, என் தாயார் என்னை நோக்கி, "என் கண்மணியே, நீ சொல்வது எள்ளளவும் சரியல்ல. நமக்கு முகக் கண்ணிருந்தும் சூரியப் பிரகாசம் இல்லாவிட்டால் என்ன பிரயோசனம்? அகக் கண்ணுக்குக் கல்வியாகிய ஞானப்பிரகாசம் அவசியம் அல்லவா? நாம், காரியஸ்தர்களுக்குமேல் அதிகமாய்ப் படித்திராவிட்டால், அவர்கள் நம்மை மதிப்பார்களா? அவர்களுடைய கணக்குகளில் இருக்கிற பிசகுகளை நாம் எப்படிக் கண்டுபிடிக்கக் கூடும்?" என்று என் தாயார்

உறுதியாகக் கேட்டார்கள். அதைக் கேட்ட என் தகப்பனார் "நல்லது பெண்ணே! உன் மனது பிரகாரம், பிள்ளைக்கு வித்தியாப்பியாசம் செய்விக்க வேண்டிய முயற்சி செய்கிறேன்," என்றார். உடனே என் தகப்பனார் ஓர் உபாத்தியாயரை நியமனம் செய்து, எங்கள் வீட்டில் தினந்தோறும் வந்து எனக்குக் கற்பிக்கும்படி திட்டம் செய்தார்.

என் பாட்டியும், தகப்பனாரும் என்னை உபாத்தியாயர் கண்டனை தண்டனை செய்யக் கூடாதென்றும், ஆனால் நான் படிப்பில் சுக்கிலபட்சத்துச் சந்திரன்போல், விருத்தியாக வேண்டுமென்றும் நிபந்தனை செய்தார்கள். இந்த நிபந்தனைகளின் பிரகாரம் சரியாய் நடக்கவில்லையென்று சில உபாத்தியாயர்கள் நீக்கப்பட்டார்கள். என்னை மரியாதையாக அழையாமல் "வா! போ!" என்று ஏகவசனமாகக் கூப்பிட்டதற்காகச் சில போதகர்கள் தள்ளப்பட்டார்கள். ஓர் உபாத்தியாயர் மாதம் முழுவதும் பிரயாசப்பட்டுச் சொல்லிக் கொடுத்துச் சம்பளம் வாங்குகிற சமயத்தில், சம்பளமில்லாமல் நீக்கப்பட்டார். உபாத்தியாயர்களைத் தள்ளுகிற அதிகாரம், என் தகப்பனாருக்கும் பாட்டியாருக்கும் இருந்தது போலவே நானும் அந்த அதிகாரத்தைச் சில சமயங்களில் செலுத்தி வந்தேன். இவ்வகையாக நான் பன்னிரண்டு உயிர் எழுத்தும் கற்றுக் கொள்வதற்கு முன் தள்ளுபடியான ஆசிரியர்களும் பன்னிரண்டு பேருக்கு அதிகமாயிருக்கலாம். இவ்வளவு ஆபத்துக்கும் தப்பி ஓர் உபாத்தியாயர் மட்டும் நிலைத்திருந்தார். அவர் குடும்ப சகிதமாய் எங்கள் வீட்டில் இருந்து கொண்டு எனக்கும் அவருடைய பிள்ளை கனகசபை என்பவனுக்கும் பாடம் சொல்லிக் கொண்டு வந்தார். ஒரு நாள் என் பாட்டியார் உபாத்தியாயரைப் பார்த்து, "நம்முடைய பிள்ளையாண்டான் படித்துப் படித்துத் தொண்டை வறண்டு போகிறதே! இனிமேல் உம்முடைய மகன் கனகசபை பாடம்

படிக்கட்டும். அவன் படிக்கிறதைக் கேட்டு, என் பேரன் கல்வி கற்றுக் கொள்ளட்டும். பிற்பாடு என் பேராண்டிக்குப் பாடம் தெரியாவிட்டால், அவனுக்குப் பயம் உண்டாவதற்காகக் கனகசபையைப் பலமாக அடியும்!'' என்றார்கள். உபாத்தியாயருடைய வயிற்றுக் கொடுமையினால் இந்த அநியாயமான நிபந்தனைக்கும் சம்மதித்தார்.

நான் படிப்பு விசயத்தில் மந்தமாயிருந்தாலும், விளையாடுகிற விசயத்தில் அதிக முயற்சி உள்ளவனாக இருந்தேன். என்னுடைய பால்ய சேஷ்டைகள் யாவருக்கும் வியப்பாயிருக்கும். சிலவற்றை விவரிக்கிறேன் :

நானும் சில பிள்ளைகளும் தெருவில் விளையாடிக் கொண்டிருக்கும்பொழுது, அவர்களில் ஒரு பையன் என்னைப் பார்த்து, "நான் இரண்டு கண்களையும் மூடிக்கொண்டு ஒரு வித்தை செய்கிறேன்; நீ அந்த வித்தையை இரண்டு கண்ணையும் திறந்து கொண்டு செய்வாயா ?'' என்று கேட்டான். அதற்கு நான், "நீ இரண்டு கண்களையும் மூடிக் கொண்டு செய்கிற வித்தையை, நான் கண்ணைத் திறந்து கொண்டு செய்யமுடியாதா ? அப்படி நான் செய்யாவிட்டால், உனக்கு நான் இவ்வளவு பந்தயம் கொடுப்பேன்,'' என்று ஒப்புக் கொண்டேன். உடனே அந்தப் பையன் நடுத்தெருவில் உட்கார்ந்து, இரண்டு கண்ணையும் மூடிக்கொண்டு, மண்ணை அள்ளி அள்ளித் தன் கண் மேலே போட்டுக் கொண்டான். பிற்பாடு அவன் என்னைப் பார்த்து, "நீ இரண்டு கண்களையும் திறந்து கொண்டு இந்த வித்தையைச் செய்,'' என்று மண்ணை அள்ளி என் கையில் கொடுத்தான். நான் கண்ணை இழந்து போவதைப் பார்க்கிலும் காசை இழப்பது நலமென்று நினைத்து, பந்தயக் காசை அவனுக்குக் கொடுத்து விட்டேன்.

எங்கள் வீட்டு மேல்மாடியில், அதிக விலைமதிப்புள்ள பெரிய நிலைக்கண்ணாடிகள் மாட்டியிருந்தன. ஒரு கண்ணாடியில், நானும் சில பிள்ளைகளும் எங்களுடைய முக அழகைப் பார்த்தபோது, எல்லாருடைய முகமும் அழகாயிருக்க, என் முகம் மட்டும் எனக்கே பார்க்கச் சகிக்காமல் விகாரமாயிருந்தது. அது கண்ணாடியின் பிசகென்றெண்ணிக் கையை ஓங்கிக் கொண்டு அந்தக் கண்ணாடியில் பலமாக ஒரு குத்து குத்தினேன். அந்தக் கண்ணாடி ஆயிரம் துண்டாக உடைந்து போயிற்று.

சில காலத்துக்கு முன் நானும் கனகசபையும் சேர்ந்து சில கவிகள் உண்டு பண்ணினோம். அந்தக் கவிகளை இந்தக் கிரந்தத்திலே சேர்க்கலாமென்று யோசித்து, அவைகளைப் பார்வையிட்டோம். சில கவிகளின் அர்த்தம் எனக்கு மட்டும் தெரிகின்றது. கனகசபைக்குத் தெரியவில்லை. சில கவிகளின் பொருள் அவனுக்கும் விளங்கவில்லை; எனக்கும் விளங்கவில்லை. அன்றியும் அநேக கவிகளுக்குச் சந்தமே தெரியவில்லை. சந்தம் தெரிகிற கவிகளுக்குப் பொருள் தெரியவில்லை பொருள் தெரிகிற கவிகள் இலக்கண விதிக்கு ஒத்திருக்கவில்லை. ஆகையால் அந்தக் கவிகளை, இந்தப் புத்தகத்தில் சேர்க்காமல் விட்டுவிட்டேன்.

எனக்காகக் கனகசபை படிப்பதும், எனக்காக அவன் அடிபடுவதும், என் தாயாருக்குச் சிலநாள் வரைக்கும் தெரியாமலிருந்து, பிற்பாடு தெரிந்ததாகத் தோன்றுகிறது. ஒருநாள், அவர்கள் என்னையும் கனகசபையையும் அழைத்து, இருவருக்கும் இலைபோட்டு கனகசபை இலையில் மட்டும், அன்னம் பட்சணம் முதலியவைகளைப் படைத்து, என்னுடைய இலையில் ஒன்றும் படையாமல் வெறுமையாய் விட்டுவிட்டார்கள். என் மாதாவைப் பார்த்து, எனக்கும் அன்னம் படைக்கும்படி வேண்டினேன். அவர்கள்

"கனகசபை அமுது செய்கிறதைப் பார்த்துக் கொண்டிரு!" என்றார்கள். "அவன் அமுது செய்கிறதைப் பார்த்துக் கொண்டிருந்தால், எனக்குப் பசி அடங்குமா?" என்றேன். "அவன் படிக்கிறதையும் அடிபடுகிறதையும் நீ பார்த்துக் கொண்டிருந்தால், உனக்கு வித்தை வருமா?" என்றார்கள்.

நான் உடனே நாணம் அடைந்து, என் மாதாவின் முகத்தைப் பார்க்கிறதைவிட்டுப் பூமிதேவி முகத்தைப் பார்க்க ஆரம்பித்தேன். எனக்காக ஓர் ஏழைப் பிள்ளையை அடிபடும்படி செய்வித்தது பெரிய அக்கிரமமென்று என் தாயார் பிரசங்கம் செய்ததுமன்றி, என்னைப் பார்த்து "நீ படவேண்டிய அடியை கனகசபை ஏற்றுக்கொண்டால், நீ அனுபவிக்கிற சுகங்களிலும் அவனுக்குப் பங்கு கிடைக்க வேண்டியது நியாயம்," என்று சொல்லி, அன்று முதல் அன்ன வஸ்திர விசயங்களில், எனக்கும் கனகசபைக்கும் யாதொரு பேதமுமில்லாமல் இருவரையும் ஒரே தன்மையாய் நடத்தி வந்தார்கள். இனிமேல் நான் என் வீட்டில் படிப்பது சரியல்லவென்று, என் மாதா அபிப்பிராயப்படி சம்பந்தி முதலியார் வீட்டில், அவருடைய மகளோடுகூட வேறொரு உபாத்தியாயரிடத்தில், நானும் கனகசபையும் படிக்கும்படி திட்டம் செய்தார்கள். அன்று முதல் கனகசபை முதுகு பிழைத்தது. கனகசபையின் தகப்பனார் சாந்தலிங்கம் பிள்ளையை என் தாயார் கைவிடாமல், அவரை எங்கள் குடும்பத்தில் பிரதான காரியஸ்தராக நியமித்து, அவரையும் அவருடைய குடும்பத்தையும் காப்பாற்றி வந்தார்கள்.

சம்பந்தி முதலியார் யாரென்றால், அவர் என் தாயுடன் பிறந்த அம்மான். மேற்படி சம்பந்தி முதலியாரும், எங்களைப் போலவே செல்வத்தில் மிகுந்தவர். அவருக்கு வெகுகாலம் பிள்ளையில்லாமலிருந்து, பிறபாடு ஒரு பெண் குழந்தை பிறந்தது. அந்தப் பெண்ணுக்கு ஞானாம்பாள் என்று நாமகரணம் செய்தார்கள். அவள் உலகத்திலிருக்கிற அழகு எல்லாம் உடையவள்;

பிரதாப முதலியார் சரித்திரம் 11

அவளுடைய குணாதிசயங்களை யோசிக்குமிடத்தில், ஞானாம்பாள் என்கிற பேர் அவளுக்கே தகும்! சம்பந்தி முதலியார் பிரபலமான செல்வந்தராயிருந்தும், செலவழிக்கிற விஷயத்தில் அவருக்குச் சமமான தரித்திரர் ஒருவருமில்லை.

இப்படிப்பட்ட அப்பாவை ஞானாம்பாள் ஐந்து வயதுக் குழந்தையாயிருக்கும்போது, ஒரு வார்த்தையினாலே திருப்பி விட்டாள். தகப்பனாரிடம் போய் "ஐயா! லோபி என்றால் என்ன அர்த்தம்?" என்று கேட்டாள், அவர், "லோபி என்றால் ஈயாதவன்," என்று சொன்னார். அவள், "அப்படியானால், உங்களைப் பலபேர்கள் லோபி லோபி என்று சொல்லுகிறார்கள். உங்களுக்கு மகளாயிருக்க, எனக்கு வெட்கமாயிருக்கிறது," என்று மழலைச் சொல்லால் உளறிக் கொண்டு சொன்னதைக் கேட்டவுடனே, சம்பந்தி முதலியாருக்கு வெட்கமுண்டாகி அன்று முதல் அவர் லோப குணத்தை விட்டு "தாதா" என்று பலபேரும் சொல்லும்படி புது மனிதனாக மாறிவிட்டார்.

என் தாயார் உத்தரவுப்படி நானும் கனகசபையும் சம்பந்தி முதலியார் வீட்டுக்குப் போய், ஞானாம்பாளுடைய உபாத்தியாயராகிய கருணாநந்தப் பிள்ளையிடத்தில் கல்வி கற்க ஆரம்பித்தோம். நாங்கள் ஞானாம்பாளுக்கு வயதில் ஒத்தவர்களாயிருந்தாலும் கல்வியில் அவளுக்குக் கீழிருந்தோம். நாங்கள் அவளுடன் வாசிக்க ஆரம்பித்தபோது, அவள் புத்தகம் வாசிக்கவும் அர்த்தம் சொல்லவும் பிழையில்லாமல் எழுதவும் கூட்டல், கழித்தல், பெருக்கல் முதலிய கணக்குகள் பார்க்கவும் திறமையுள்ளவளாயிருந்தாள். 'பிள்ளை பெற்றவளைப் பார்த்து மலடி பெருமூச்சு விட்டது போல்' ஞானாம்பாளுடைய கல்வித்திறமையை அறிந்தவுடனே, எங்களுக்குப் பொறாமையும் வெட்கமுமுண்டாகி, அன்று முதல் நாங்கள் கல்வியில் அதிகக் கவனம் வைக்கத்

தொடங்கினோம். ஞானாம்பாள் அதிகமாகப் படித்திருக்கின்றோம் என்கிற கர்வமில்லாமல் இருந்தாள்.

ஒரு நாள் நானும் ஞானாம்பாளும் படித்துக் கொண்டிருக்கும்போது, என் பாட்டியார் என்னைப் பார்க்க வந்தார்கள். "விளையும் பயிர் முளையிலே தெரியும் என்பது போல, ஞானாம்பாள் இவ்வளவு சிறு பிராயத்தில் நடக்கிற கிரமத்தையும் ஒழுங்கையும் யோசிக்குமிடத்தில், அவள் அறிவிலும் நற்குணங்களிலும், உன் தாயாருக்குச் சமம் ஆவாளென்று நினைக்கின்றேன்," என்று என் பாட்டியார் சொல்லத் தொடங்கினார்கள்.

'மாமியார் மெச்சிய மருமகள் இல்லை' என்கிற பழமொழிக்கு விரோதமாக என் தாயாருடைய நற்குணங்களை என் பாட்டியார் எடுத்துப் பிரஸ்தாபித்தவுடனே இப்படிப்பட்ட புண்ணியவதி வயிற்றிலே பிறந்தோமே என்கிற சந்தோசத்தினால் நான் ஆனந்தக் கண்ணீர் சொரிந்தேன். என்னுடைய மாதாவை உலக மாதாவென்றே நினைத்து, நித்தியமும் நான் வணங்கி வந்தேன்.

கனகசபை, நற்குணமும் நற்செய்கையும் உடையவனாயும் இருந்தான். கனகசபை, சில நாளாக நன்றாய் விளையாடாமலும், பேசாமலும், மௌனம் சாதித்தான். "அதற்குக் காரணம் என்ன?" என்று அவனை நான் பலமுறை கேட்டும் அவன் தக்க மறுமொழி சொல்லாமல் மழுப்பி விட்டான். ஒருநாள், ஒரு பெரிய தாமரைத் தடாகத்தின் ஓரத்தில், நானும் ஞானாம்பாளும் கனகசபையும் விளையாடிக் கொண்டிருந்தபோது கனகசபை கால் தவறி அந்தத் தடாகத்தில் விழுந்துவிட்டான்; அவன் நீந்தத் தெரியாதவனானதால் தண்ணீரில் முழுகுகிறதும்

கிளம்புகிறதுமாகத் தத்தளித்துக் கொண்டிருந்தான். நானும் நீந்தத் தெரியாதவனாதலால் இன்னது செய்கிறது என்று தோன்றாமல் மலைத்துப்போய், நின்றுவிட்டேன். ஞானாம்பாள் அலறிக் கொண்டு இங்கும் அங்கும் ஓடிப் பார்த்தும் உதவி செய்யத்தக்கவர்கள் ஒருவரும் அகப்படவில்லை.

ஞானாம்பாள் தூரத்தில் நடந்து கொண்டிருந்த ஒரு சந்நியாசியாரை "ஐயா! ஐயா!" என்று கூப்பிட்டுக் கொண்டு, மான் போல அதிவேகமாக ஓடினாள். நானும்கூட ஓடினேன். அந்தச் சந்நியாசியாரும் உடனே திரும்பி எங்களுடன் ஓடிவந்தார். சந்நியாசியார் ஒரு நிமிடத்தில் தடாகத்தில் குதித்துக் கனகசபையைக் கரையேற்றிவிட்டார்.

இதுவரையும் பேச்சு சக்தி இல்லாமல் களைத்துப் போயிருந்த கனகசபைக்குக் கொஞ்சம் திடம் உண்டாகி, அவன் எங்களைப் பார்த்துத் "தாய் தகப்பன் இல்லாமல் நிராதரவாயிருக்கிற எனக்கு இவ்வளவு பெரிய உபகாரம் செய்தீர்களே! அதற்கு நான் என்ன பிரதி உபகாரம் செய்யப் போகிறேன்?" என்று பலவிதமாக சொல்லத் தொடங்கினான். எனக்கு ஆச்சரியம் உண்டாகி, "உனக்குத் தாய் தந்தைகள் இருக்கும்போது, தாய் தகப்பனற்ற பிள்ளையென்று நீ சொன்னதற்குக் காரணமென்ன?" என்று நான் வினவ, கனகசபை கண்ணீர்விட்டு அழுது கொண்டு சொல்லுகிறான்: "என் பிரியமான அண்ணனே! தங்கையே! என் பிராணனைக் காப்பாற்றின உங்களுக்கு இனிமேல் நான் உண்மை சொல்லாமலிருக்கலாமா? உங்களுடைய முந்தின ஆசான் ஆகிய சாந்தலிங்கம் பிள்ளையையும் அவருடைய பத்தினியையுமே, நான் தந்தை தாய் என்று நினைத்திருந்தேன். அவர் சில நாளைக்கு முன் கடின வியாதியாயிருந்த போது, இனிமேல் உயிர்பிழைக்க வழியில்லை என்று நினைத்துக் கொண்டு, என்னைக் கூப்பிட்டு

"அப்பா! குழந்தாய்! உனக்குத் தெரியாமல் இந்நாள் மட்டும் நான் மறைத்து வைத்திருந்த ஓர் இரகசியத்தை உனக்கு வெளிப்படுத்துகிறேன்; அஃதென்னவென்றால், நானும் என் பெண்சாதியும் உன்னைப் பெற்றவர்கள் அல்ல," என்று சொன்னதைச் சொல்கிறான்.

சிலநாள் கழிந்த பின்பு, ஒரு நாள் நானும் ஞானாம்பாளும் கனகசபையும், தெருத்திண்ணையில் வாசித்துக் கொண்டிருந்தோம். அப்போது அநேக யானைகளும், குதிரைகளும், வண்டிகளும், கொடிகளும், குடைகளும், காலாட்களும், நானாவித வாத்திய முழக்கத்துடன் தெருவில் வந்து, எங்கள் வீட்டுக்கு எதிரே நின்றன. அவைகளின் மத்தியில் நான்கு குதிரைகள் கட்டின சொர்ணமயமான ரதத்திலிருந்து ராஜவடிவான ஒரு புருசனும் ஸ்திரீயும் இறங்கினார்கள். தடாகத்தில் விழுந்தபோது கரையேற்றிவிட்ட சந்நியாசியாரும் அவர்களுக்கு முன்னே வந்து கனகசபையைக் கையாலே தொட்டுக் காட்டினார். உடனே மேற்படி ரதத்திலிருந்து இறங்கின அந்த மகா புருசன், கனகசபையைத் தழுவி மார்போடு அணைத்துக் கொண்டு "என் மகனே! என் கண்மணியே! என் குலத்திலகமே! இந்நாள் வரைக்கும் உன்னைப் பார்க்கக் கொடுத்துவைக்காமல் போனேனே... என்ன பாவமோ, உன்னைப் பிரிந்திருந்தேனே! இப்போதாவது உன்னைக் கண்டேனே!" என்று சொல்லி, ஆனந்தக் கண்ணீர் சொரிந்தார்; அவருடன் வந்த ஸ்திரீயும் கனகசபையைக் கட்டித் தழுவிக் கொண்டு "மகனே! மகனே!" என்று பிரலாபித்தாள்.

அவர் எங்களை நோக்கி, "ஓ புண்ணியவான்களே, புண்ணியவதிகளே! நீங்கள் இந்நாள் மட்டும் என் மகனுக்குச் செய்துவந்த உபகாரங்களுக்கு நான் என்ன கைம்மாறு செய்யப் போகிறேன்? நான் இன்னானென்றும் இந்தப் பிள்ளையை நான் பிரிந்திருந்த காரணத்தையும், நீங்கள் அறிய

விரும்புவீர்களாதலால் அதைப்பற்றி உங்களுக்குத் தெரிவிக்கிறேன்," என்று சொல்லி, தன் பெயர் தேவராஜப் பிள்ளை என்றும், ஆதியூர் பாளையப்பட்டு அதிபதி என்றும் கனகசபை தங்கள் சொந்தக் குழந்தை என்றும், ஆறுமாதகால குழந்தையாய் அவனிருந்தபோது பாளையப் பதவிக்கு ஆசைப்பட்டு அவன் சிற்றப்பன் அவனைக் காணாமல் போக்கிவிட்டான் என்றும் விளக்கினார்.

துரும்புபோல் இளைத்துப் போயிருந்த கனகசபை, தாய் தகப்பனைக் கண்ட சந்தோசத்தினால் பூரித்து அவர்களுடன் வந்த யானைகளில் ஒன்றுபோல் ஆனான். பிற்பாடு அவரும் அவருடைய பத்தினியாரும், கனகசபையும் அவனை வளர்த்த தந்தை தாயையும் அழைத்துக்கொண்டு எங்களிடத்தில் தனித்தனியே விடைபெற்றுக் கொண்டு, பரிவாரங்களுடன் சென்றுவிட்டார்கள். கூடப்பிறந்தவன் போல நெடுங்காலம் என்னுடன் இருந்து, சகல சுகதுக்கங்களுக்கும் உடந்தையாயிருந்த கனகசபையைப் பிரிந்தது, எனக்குப் பெரிய துக்கமாயிருந்தது.

நானும் ஞானாம்பாளும் ஒருநாள் காலையில், வெளித் திண்ணையில் படித்துக் கொண்டிருக்கும்போது எனக்குப் பழக்கமான ஒரு ஜோதிட சாஸ்திரியார் வந்து போனபின்பு, உபாத்தியாயர் எங்களைப் பார்த்து, "சோதிடம் பொய்யென்று, அந்த சாஸ்திரியே ஒப்புக் கொள்வதால், இனிமேல் உங்களுக்கு வேறே சாட்சியம் வேண்டுவதில்லை. இனிமேல் வரும் காரியங்கள் நமக்கு முந்தித் தெரியாதபடி, நம்முடைய நன்மைக்காகவே சுவாமி மறைத்து வைத்திருக்கிறார்.

"இனிமேல் வரப்போகிற துன்பம், நமக்குத் தெரியாமலிப்பதால், அந்தத் துன்பம் வருகிற நிமிடம் வரையில் நாம் துக்கமில்லாமலிருக்கிறோம். அது முன்பே நமக்குத்

தெரிந்திருக்குமானால் முன்பும் துக்கம் பின்பும் துக்கம்; எக்காலத்திலும் துக்கமாக முடியும் அல்லவா ? அப்படி நன்மை வருகிறதும் நமக்கு முந்தித் தெரியாமலிருந்து வந்தால், நமக்கு அதிக சந்தோசத்துக்கு இடமாகும். அப்படியில்லாமல் முன்னமே தெரிந்திருக்குமானால் சந்தோசம் மிகவும் குறைந்துபோகும். தீர்க்கதரிசனம் என்பதே, இப்போது உலகத்தில் இல்லை. அந்த மேலான வரத்தை எத்தனையோ புத்திமான்களும், பக்திமான்களும் இருக்க, அவர்களுக்குக் கொடாமல் இந்த சாஸ்திரியைப் போலொத்த சர்வ மூடர்களுக்கும், குடுகுடுப்பைக்காரர்களுக்கும், கோணங்கிக்காரர் முதலானவர்களுக்கும் சுவாமி கொடுத்திருப்பாரா ? பின்னும் நமக்கு வருகிற நன்மை தீமைகள், நமக்குத் தெரியாமலிருக்க பல்லிகளுக்கும் பட்சிகளுக்கும் தெரிந்து, அவை நமக்குத் தெரியப்படுத்தக்கூடுமா ?" என்று செய்த பிரசங்கத்தைக் கேட்டவுடனே, என்னைப் பிடித்திருந்த சாஸ்திரப் பேய் பறந்தோடி விட்டது.

எங்கள் உபாத்தியாயரிடத்தில், நான் பல புத்திகளைக் கற்றுக் கொண்டது போலவே, என் தாயாரிடத்திலும் ஞானாம்பாளிடத்திலும் அநேக நற்குணங்களைக் கற்றுக் கொண்டேன். எந்தக் காலத்திலாவது அவர்களிடத்தில் கோபம், குரோதம், மூர்க்கம் முதலான துர்க்குணங்களை நான் கண்டதேயில்லை; எப்போதும் கடூர வார்த்தைகளை அவர்களிடத்தில் நான் கேட்டதேயில்லை.

சில நாளுக்குப் பின்பு, நானும் ஞானாம்பாளும் வழக்கப்படி சிங்காரத் தோட்டத்துக்கு விளையாடப் போனோம். நான் கொஞ்ச தூரத்தில் புஷ்பம் பறித்துக் கொண்டிருந்தேன். அவள் மரத்து நிழல் ஒன்றில் ஒரு சின்ன வாத்தியப் பெட்டியை வைத்து வாசித்துக் கொண்டிருந்தாள். அந்த சப்தம் கேட்டவுடனே அவ்விடத்தில் மேய்ந்து கொண்டிருந்த ஒரு காளை, அரண்டு ஞானாம்பாளை

முட்டுவதற்காகத் துரத்திற்று; அவள் அலறிக் கொண்டு சமீபத்திலிருக்கிற சித்திரமண்டபத்துக்கு நேரே ஓடினாள். அவ்விடத்தில் மேய்ந்து கொண்டிருந்த ஒரு பெரிய ஆட்டுக் கடா, இந்தப் பக்கத்தில் துரத்த ஆரம்பித்தது; இப்படி இரண்டுக்கும் நடுவில் அகப்பட்டுக் கொண்டு அவள் அவஸ்தைப்படும்போது, நான் ஒரே ஓட்டமாய் ஓடி ஞானாம்பாளைத் தூக்கிச் சித்திர மண்டபத்து வெளித் திண்ணையின்மேல் வைத்துவிட்டு, நானும் ஒரே தாண்டாய்த்தாண்டி அந்தத் திண்ணையின்மேல் ஏறிக்கொண்டேன். அந்தச் சித்திரமண்டபத்து திண்ணை அதிக உயரமானதாலும், அதன் படிகள் அந்தப் பக்கத்தில் இல்லாமல் வேறே பக்கத்தில் இருந்தமையாலும், அந்தச் சமயத்தில் நான் இல்லாமல் இருந்தால் அவளுக்குப் பெரிய அபாயம் நேரிட்டிருக்கும். இந்தச் சமாசாரம் ஞானாம்பாள் மூலமாக எங்கள் இரண்டு வீட்டாருக்கும் தெரிந்து, அவர்கள் ஒவ்வொருவரும் எனக்கு அதிகமாக நன்றி கூறினார்கள்.

ஒருநாள் எங்களுக்குப் பள்ளிக்கூடம் இல்லாத விடுமுறை நாளாயிருந்தபடியால், நாங்கள் பழைய பாடங்களைப் படித்துக் கொண்டிருந்தோம். அப்பொழுது, என் தாயார் வந்து எங்களுடைய படிப்பைப் பரிசோதித்தார்கள். பிறகு ஞானாம்பாள் என் தாயாரைப் பார்த்து "அத்தையம்மா! உங்களுக்கு அநேக சரித்திரங்கள் தெரியுமே! யாதொரு பதிவிரதையினுடைய சரித்திரம் தெரிந்திருந்தால் சொல்ல வேண்டும்," என்று பிரார்த்தித்தாள். "அப்படியே சொல்லுகிறேன்," என்று என் தாயார் கற்பலங்காரி சரித்திரத்தைச் சொல்லத் தொடங்கினார்கள்.

இந்தச் சரித்திரத்தைக் கேட்டு, நானும் ஞானாம்பாளும் அளவற்ற வியப்பும் களிப்பும் அடைந்தோம்.

ஒருநாள் எங்கள் உபாத்தியாயர் ஒரு விடுகதை சொல்லி, எங்களை விடுவிக்கும்படி சொன்னார். என்னுடைய உபாத்தியாயர்

சொன்ன விடுகதையை என் தாயாருக்குத் தெரிவித்தபோது, என் தாயார் என்னைப் பார்த்துச் சொல்லுகிறார் :

"உன்னுடைய உபாத்தியாயராகிய கருணானந்தம் பிள்ளையைச் சாதாரண மனிதனாக நினைக்க வேண்டாம். அவர் புத்தியிலும் நற்குணங்களிலும் சிறந்தவர். அவருடைய வீட்டில் தர்மப் பள்ளிக்கூடம் வைத்துக்கொண்டு, எண்ணிக்கை இல்லாத பிள்ளைகளுக்கு வித்தியாதானம் செய்து வருகின்றார். அப்படியே உனக்கும் ஞானாம்பாளுக்கும் தர்மத்துக்காகக் கல்வி போதிக்கிறாரேயல்லாது யாதொரு பிரயோசனத்துக்காக அல்ல. அவர் மகாத்மாவானதால், அவர் சொல்லுகிற ஒவ்வொரு புத்தியையும் ஒவ்வொரு மாணிக்கம் போல், உன்னுடைய மனத்தில் பதித்துக் கொள்," என்றார்கள். உபாத்தியாயர் சரித்திரத்தை நான் கேட்ட பிற்பாடு, அவருடைய வாக்கை வேதவாக்காக எண்ணி, அவர் சொல்படி நடக்கலானேன்.

நானும் ஞானாம்பாளும் அவளுடைய வீட்டிலே படித்துக் கொண்டுவரும்போது, எங்களுக்கு வயது அதிகரித்ததால் இனிமேல் நாங்கள் இருவரும் ஓரிடத்திலே படிக்கக்கூடாதென்று என் தாயார் அபிப்பிராயப்பட்டு, என்னை வீட்டுக்கு வரவழைத்துக் கொண்டார்கள். அது முதல் ஞானாம்பாளைப் பார்க்கும்படியான சந்தர்ப்பம் நேரிடாதபடியால், எனக்கு விசனமாயிருந்தது. எங்கள் உபாத்தியாயர் முதலில் ஞானாம்பாள் வீட்டுக்குப் போய் அவளுக்குப் பாடம் சொல்லிக் கொடுத்த பிறகு, என் வீட்டுக்கு வந்து எனக்குப் பாடம் சொல்லிக் கொடுத்து வந்தார். அவர் ஞானாம்பாளைப் பார்த்து வருகிறவரானபடியால் அவருடைய முகத்தைப் பார்க்கும்போதெல்லாம் ஒருவாறு எனக்குத் திருப்தியாயிருந்தது.

இவ்வண்ணமாய்ச் சிலநாள் என் வீட்டில் நான் தனிமையாய்ப் படித்த பிற்பாடு, ஒருநாள் உபாத்தியாயர் என்னை நோக்கி

கூறுகிறார்: "ஆசான் மாணாக்கனுக்கு எவ்வளவு கற்பிக்கலாமோ அவ்வளவு உனக்குக் கற்பித்துவிட்டேன். இனி நீயாகப் படித்துக் கல்வியை முழுமை செய்ய வேண்டும். ஓர் ஊருக்குப் போகிற மார்க்கத்தை மட்டும் உபாத்தியாயர் போதிப்பதே அல்லாது கல்வியையே முழுமையாகக் கற்பிப்பது சாத்தியமல்ல. உபாத்தியாயர் காட்டிய வழியைப் பிடித்துக் கொண்டு, கல்வியைப் பூர்த்தி செய்வது மாணாக்கனுக்குக் கடன்.

அரும்பதங்களுக்கு அர்த்தம் தெரிய வேண்டுமானால், அகராதி, நிகண்டு முதலிய நூல்கள் இருக்கின்றன. திருவள்ளுவர், கம்பர் முதலிய புலவர்கள் தங்களுடைய முயற்சியால் புலவர்கள் ஆனார்களே தவிர, அவர்களுடைய உபாத்தியாயரிடத்தில் அவர்கள் கற்றுக் கொண்டது அற்பமாகவேயிருக்கும். அந்த வித்வான்கள் எல்லாம் மனிதர்கள்தான். தெய்வங்கள் அல்லவே. அவர்களைப் போல நீயும் பிரயாசைப்பட்டுக் கல்வி பயின்றால், அவர்களுக்குச் சமம் ஆவதற்கு தடை ஏது?

கல்வியின் பிரயோசனம் கடவுளை அறிவதுதான். கடவுளை, குறைவுகளில்லாமல் எப்போதும் தியானிக்க வேண்டும்" என்று பிரசிங்கித்தார். அது முதல் உபாத்தியாயர் தினந்தோறும் வராமல் வாரத்துக்கு ஒரு முறை வந்து, எனக்குள்ள சந்தேகங்களைத் தெளிவித்துவிட்டுப் போவார். அவர் உபதேசித்தபடி நான் ஒரு நிமிடங் கூடச் சும்மா இராமல், எப்போதும் படித்து வந்தேன்.

ஒருநாள் என் தாயார் என்னிடத்தில் வந்து "ஒரு முக்கியமான விஷயத்தைக் குறித்து உன்னிடத்திலே பேச வந்திருக்கிறேன். ஞானாம்பாளை உனக்கு விவாகம் செய்யும்படி சம்பந்தி முதலியாரைக் கேட்க யோசித்திருக்கிறோம். உன்னுடைய அபிப்பிராயம் என்ன?" என்று கேட்டார்கள். இதைக் கேட்டவுடனே என் உள்ளத்தில் ஆனந்தம் பொங்கிக் கண் வழியாய்ப் புறப்பட்டு முகத்திற் பரவிற்று. நான் உடனே என் தாயாரைப் பார்த்து,

"ஞானாம்பாளை மணந்து கொள்ள எனக்கு ஆட்சேபமில்லை" என்றேன்.

என்னுடைய சம்மதத்தை என் தாயார் என் தகப்பனாருக்குத் தெரிவித்தவுடனே, என் தகப்பனார் சம்பந்தி முதலியார் வீட்டுக்குப்போய், ஞானாம்பாளை எனக்குக் கன்னிகாதானம் செய்ய வேண்டுமென்று கிரமப்படி கேட்டார். அதற்கு சம்பந்தி முதலியார், உடனே சம்மதித்தார். பிற்பாடு நிச்சயதாம்பூலம் மாற்றுவதற்காகப் பந்துக்கள், இஷ்டமித்திரர்களுக்கெல்லாம் தாம்பூலம் அனுப்பி, அவர்கள் எல்லாரும் சம்பந்தி முதலியார் வீட்டில் வந்து கூடினார்கள். நிச்சய தாம்பூலம் மாற்றுவதற்கு முன் சம்பந்தி முதலியார் என் பிதாவை நோக்கி, "கல்யாணத்துக்குப் பின்பு மாப்பிள்ளையும் பெண்ணும் யார் வீட்டில் இருக்கிறது?" என்று கேட்டார். உடனே என் தகப்பனார் "இந்த விசயத்தில் உமக்கென்ன சந்தேகம் வந்தது? மாடு மேய்க்கிறவன் கூட மாமனார் வீட்டில் இருக்கமாட்டானே!" என்றார். "அப்படியானால் பெண் கொடுக்கச் சம்மதமில்லை," என்று சம்பந்தி முதலியார் சொன்னார். "என் பிள்ளைக்குப் பெண் பஞ்சமா? உன் பெண் வேண்டியதில்லை," என்று என் பிதா மொழிந்தார்.

சம்பந்திகள் இருவரும் மரியாதைப் பன்மை போய், அவமரியாதைக்குரிய ஒருமையிலும், பிரயோகங்களிலும் வாய்ச் சண்டையிலிருந்து கைச் சண்டையிலும் பிரவேசித்தார்கள். கைச்சண்டையிலிருந்து கத்திச் சண்டையில் பிரவேசிக்க இருந்த போது, கூடியிருந்த பந்துக்கள் நயமான வார்த்தைகளைச் சொல்லி விலக்கிவிட்டார்கள். கடைசியில் சம்பந்தி முதலியார் "என் மகளை உன் மகனுக்குக் கொடுக்கிறதில்லை," என்று சபதம் செய்தார். என் தகப்பனார், "என் மகனுக்கு உன் மகளைக் கொள்ளுகிறதில்லை!" என்று மார்பு தட்டிக் கொண்டு வந்துவிட்டார்.

அன்று முதல் சம்பந்தி முதலியாருக்கும் எங்களுக்கும் யாதொரு சம்பந்தமும் இல்லாமல் போய்விட்டது. அவர்கள் வீட்டுக்கு நாங்கள் போகிறதுமில்லை; எங்கள் வீட்டுக்கு அவர்கள் வருகிறதுமில்லை. அவர்களுடைய சிநேகிதர்கள் எங்களுக்கு விரோதிகள்; அவர்களுடைய பகைவர்கள் எங்களுக்கு நண்பர்கள். அவர்களுடைய வேலைக்காரர்களுக்கும் எங்கள் வேலைக்காரர்களுக்கும் பகை. இந்தக் கலகத்தில் நானும் ஞானாம்பாளும், என் தாயாரும் அவள் தாயாரும், இந்த நாலு பேர் மட்டும் சம்பந்தப்படவில்லை. எங்கள் தாய்மார்கள் தங்கள் கணவர்களைச் சமாதானப்படுத்தக் கூடியவரையில் முயன்றும் பயன்படவில்லை.

ஞானாம்பாளைத் தவிர வேறே தேவ ஸ்திரீயாயிருந்தாலும் விவாகம் செய்கிறதில்லை என்றும், என் தகப்பனாருடைய பிரயத்தனங்களுக்கு இடம் கொடுக்கிறதில்லையென்றும் எனக்குள்ளே நிச்சயித்துக் கொண்டேன். ஆனால் ஞானாம்பாள் பெண்ணானதால் அவளுடைய தகப்பனார் அவளுக்கு வேறே புருசனைத் தேடி, பலவந்தமாய்க் கல்யாணம் செய்துவிட்டால் என்ன செய்கிறதென்கிற கவலை என்னை வாட்டியதால், அவளை இரகசியமாக எங்கேயாவது அழைத்துக் கொண்டு போய் விவாகம் செய்து கொண்டு திரும்பி வருகிறதென்று தீர்மானித்துக் கொண்டு இந்தத் தீர்மானத்தை அவளுக்குக் கடித மூலமாகத் தெரிவித்தேன்.

ஆனால் அவளுடைய மறுமொழியைப் பார்த்த உடனே, என்னுடைய ஆசை நிராசையாய்ப் போய்விட்டது. ஆனால், அவளுடைய கடிதத்தில், தகுந்த பிராயமுள்ள பிள்ளைகளுடைய இஷ்டத்தைத் தாய் தகப்பன்மார்கள் எள்ளளவும் கவனிக்காவிட்டால், அப்படிப்பட்ட விவாகத்தைப் பிள்ளைகள் நிராகரிக்கலாமென்று அவள் எழுதிய ஒரு வாக்கியம் மட்டும்,

கொஞ்சம் நம்பிக்கை அளித்தது. அந்த அற்ப நம்பிக்கையைக் கொண்டு என் மனத்தைத் திடப்படுத்திக் கொண்டேன். அவளுடைய கடிதத்தின் முதற்பாகங்கள் கோபமாயிருந்தாலும், “நீங்கள் செய்த உபகாரத்தை மறவேன்!” என்கிற கடைசி வாக்கியத்தைக் கொண்டு அவள் கோபம் தணிந்துவிட்டதாக நிச்சயித்துக் கொண்டேன்.

ஞானாம்பாள் என்னைத் தவிர வேறொருவருக்கு மாலை சூட்டச் சம்மதியாளென்று நான் மனப்பால் குடித்துக் கொண்டிருக்கும்போது சம்பந்தி முதலியார் ஒரே பிடிவாதமாய்ப் பல இடங்களில் மாப்பிள்ளை விசாரித்து முடிவில் தன் மகளைத் திருநெல்வேலியில் இருக்கும் வீரப்ப முதலியார் குமாரன் சந்திரசேகர முதலிக்கு விவாகம் செய்யத் தீர்மானித்தார். அதைக் கேள்விப்பட்ட உடனே என் தகப்பனாருக்கு ஆத்திரம் உண்டாகி, எனக்கு கோயமுத்தூரிலிருக்கும் சொக்கலிங்க முதலியார் மகள் பூங்காவனத்தை, மணம் செய்கிறதென்று நிச்சயித்தார்.

சித்திரை இருபத்தியெட்டாம் தேதி காலை ஆறு மணிக்குச் சுபமுகூர்த்தம் செய்கிறதென்று சம்பந்தி முதலியார் நிர்ணயித்தார். அதைக் கேள்விப்பட்ட என் தகப்பனாரும், அதே முகூர்த்தத்தில் என்னுடைய விவாகத்தையும் நிறைவேற்றுகிறதென்று நிர்ணயித்தார். அந்தக் கல்யாணத்தைத் தடுக்க, என் தாயார் கூடியவரையில் பிரயாசப்பட்டார்கள். சம்பந்தி முதலியாருடைய வைராக்கியத்தினாலே என் தகப்பனாருடைய வைராக்கியமும் முற்றி என் தாயார் வார்த்தையை நிராகரித்துவிட்டார்கள். என் தாயாரைச் சம்பந்தி முதலியார் வீட்டுக்குப் போகவேண்டாமென்று என் தகப்பனார் கட்டுப்பாடு செய்துவிட்டபடியால் என் தாயார் தம்முடைய தமையனாராகிய சம்பந்தி முதலியாரைச் சமாதானப்படுத்தவும் சந்தர்ப்பம் இல்லாமல் போய்விட்டது.

இந்தக் கல்யாண ஆடம்பரங்களையெல்லாம் பார்த்த உடனே ஞானாம்பாளை இழந்துவிட்டோம் என்கிற துக்கம் அதிகரித்து, அளவற்ற துயரம் உடையவன் ஆனேன். இவ்வகையாக நான் மனங்கலங்கிக் கொண்டிருக்கும்போது, தெய்வாதீனமாக அந்தக் கல்யாணத்துக்கு ஓர் இடையூறு சம்பவித்தது. அஃதென்னவெனில், கல்யாணத்துக்கு எட்டுத் தினங்களுக்கு முன்பு சம்பந்தி முதலியார் வீட்டில் அவர் தாயாதிகளில் ஒருவர் இறந்துவிட்ட துக்கம் நேரிட்டு, அதனால் அந்தக் கல்யாணத்தைத் தாமதப்படுத்தும்படி சம்பவித்ததால், மாப்பிள்ளை வீட்டார் இப்போது வர வேண்டாமென்றும், மறுமாசத்தில் வேறு முகூர்த்தம் நிச்சயித்துத் தெரிவிப்பதாகவும், சம்பந்தி முதலியார் திருநெல்வேலிக்கு உடனே கடிதம் அனுப்பிக் கல்யாணத்தை நிறுத்திவிட்டார். எங்களுக்கும் அந்தத் துக்கம் உண்டானதால் அந்த விவகாரத்தைக் கண்டு என் தகப்பனாரும் கோயமுத்தூருக்குக் கடிதம் அனுப்பி, தற்காலிகமாக கல்யாணத்தை நிறுத்திவிட்டார்.

கல்யாணம் நின்றுபோன விசயத்தைப் பற்றிக் கோயமுத்தூருக்கு எழுதிய கடிதம் போய்ச் சேர்ந்திருக்குமென்றும் பெண் வீட்டுக்காரர்கள் பயணத்தை நிறுத்தியிருப்பார்களென்றும் நாங்கள் நினைத்துக் கொண்டிருந்தோம்.

முகூர்த்த நாள் கடந்து மூன்று நாள் கழித்து, எனக்குப் பேசப்பட்டிருந்த பெண்ணின் தகப்பனார் என் தந்தையை வந்து சந்தித்து முறையிட்டார்.

"கல்யாணம் நின்று போன விசயத்தைப் பற்றி உமக்குக் கடிதம் எழுதியிருந்தேன்; அது வந்து சேரவில்லையா?" என்றார் என் தந்தை. அதற்கு அவர், "அந்தக் கடிதம் வந்து சேரவில்லை. உங்களுடைய முந்தின கடிதப் பிரகாரம் நானும் பெண் முதலானவர்களும் புறப்பட்டு, முகூர்த்தத்திற்குச் சற்று நேரத்திற்கு

முன் பூங்காவூருக்கு வந்து சேர்ந்தோம். அப்போதுதான் திருநெல்வேலி வீரப்ப முதலியாரும், மற்றவர்களும் வந்து சேர்ந்தார்கள். அவர்களை எங்களுக்குத் தெரியாது; எங்களை அவர்களும் அறியமாட்டார்கள்.

அந்தக் கிராமத்திலிருக்கிற வீடு உங்களுக்கும் சம்பந்தி முதலியாருக்கும் பொதுவென்பதும், நீங்கள் இருவரும் போட்டி போட்டுக் கொண்டு அந்த வீட்டில் ஒரே முகூர்த்தத்தில் இரண்டு கல்யாணம் செய்ய யோசித்திருப்பதும் எங்களுக்குத் தெரியாது. மாப்பிள்ளையும் பெண்ணும் வந்து சேர்ந்தவுடனே அந்த மாப்பிள்ளைதான் என் பெண்ணுக்குக் குறிக்கப்பட்ட உங்கள் மகனென்று நான் எண்ணிக்கொண்டேன். என் பெண்ணைச் சம்பந்தி முதலியாருடைய பெண்ணென்று மேற்படி வீரப்ப முதலியாரும் எண்ணிக் கொண்டார். எங்களுக்கு உண்மையைத் தெரியப்படுத்த அவ்விடத்தில் வேறே மனுஷர்களுமில்லை. அந்த வீட்டில் கல்யாணப் பந்தல் முதலிய சிறப்புகள் செய்யப்பட் டிருந்ததுமன்றி, போஜன பதார்த்தங்களும் சித்தமாயிருந்தபடியால் அந்தத் தினத்தில் முகூர்த்தம் நிச்சயந்தானென்று நினைக்கும்படியாயிருந்தது. முகூர்த்த நேரம் வந்துவிட்டதால் இனித் தாமதிக்கக்கூடாதென்று எங்களுடன் வந்த புரோகிதப் பிராமணர்கள் கூறினார்கள். உங்களுடைய சம்பந்தம் கிடைப்பது அரிதாகையால் ‘அவசரக்காரனுக்குப் புத்தி மட்டு’ என்பது போல் நாங்கள் உடனே கல்யாணத்தை ஆரம்பித்து அந்த மாப்பிள்ளைக்கும் பெண்ணுக்கும் அந்த முகூர்த்தத்திலே விவாகம் நிறைவேற்றிவிட்டோம்.

பிற்பாடு, நானும் அந்த மாப்பிள்ளை வீட்டுக்காரர்களும், கலந்து யோகக்ஷேமங்களைப் பற்றி உரையாடத் தொடங்கினபோது, அந்த மாப்பிள்ளை சம்பந்தி முதலியார் பெண்ணுக்கு உத்தேசிக்கப்பட்ட மாப்பிள்ளையென்று எனக்கும், என் பெண்

உங்களுடைய மகனுக்காகக் குறிக்கப்பட்ட பெண்ணென்று திருநெல்வேலி வீரப்ப முதலியாருக்கும் தெரிந்து, நாங்கள் அடைந்த துன்பம் கடவுளுக்குத்தான் தெரியும். இனி என்ன செய்வோம்?" என்று சொக்கலிங்க முதலியார் துக்கலிங்க முதலியாராய்ப் புலம்பி அழுதார்.

இந்த விபரங்களைக் கேட்டவுடனே, மரண தண்டனை அடையும்படி தீர்மானிக்கப்பட்ட ஒருவனுக்கு அந்தத் தண்டனை நிவர்த்தியானால் எவ்வளவு சந்தோசம் உண்டாகுமோ, அவ்வளவு சந்தோசத்தை அடைந்தேன். என் தந்தையாருக்குப் பெரிய ஆச்சரியமும் விசனமும் உண்டாயிற்று. என் தாயாருக்கு ஒரு பக்கத்தில் இரக்கமும், ஒரு பக்கத்தில் சந்தோசமும் உண்டாயிற்று. இவ்வகையாக எனக்குக் குறித்த பெண்ணாகிய பூங்காவனத்துக்கும் ஞானாம்பாளுக்குக் குறித்த மாப்பிள்ளை யாகிய சந்திரசேகர முதலியாருக்கும் முகூர்த்தம் நிறைவேறி, நானும் ஞானாம்பாளும் எங்கள் பூர்வ ஸ்திதிக்குக் குறைவில்லாம லிருந்தோம்.

கோடை நாட்களிலே குடும்ப சகிதமாய்க் கிராமாந்தரம் போய்ச் சிலநாள் வசிப்பது, எங்கள் வழக்கமாயிருந்தது. அந்த வழக்கப்படி அந்த வருடம் நாங்கள் எங்கும் போகவில்லை. சம்பந்தி முதலியார், எங்கள் ஊருக்கு வடபுறத்தில் ஒருகாத வழி தூரத்திலிருக்கிற அவருக்குச் சொந்தமான பனம்பள்ளிக் கிராமத்துக்குக் குடும்ப சகிதமாய்ப் புறப்பட்டு, அநேகம் வண்டிகள் குதிரைகள் பல்லக்குகளுடன் போனார். அங்கே சில நாட்கள் தங்கியிருந்து ஒருநாள் விடியற்காலத்தில் அந்தக் கிராமத்தைவிட்டுப் புறப்பட்டு, அவர்கள் எல்லாரும் சத்தியபுரி வந்து சேர்ந்தார்கள்.

அவர்கள் வந்து சேர்ந்து சற்று நேரத்திற்குப் பின்பு, அவர்கள் வீட்டிலிருந்து ஜனங்கள் அங்குமிங்கும் ஓடுவதும் கூக்குரலுமாக இருந்தது. நான் என் வீட்டை விட்டு வெளியே புறப்பட்டு என்ன

சப்தமென்று விசாரித்தேன். பனம்பள்ளிக் கிராமத்துக்குப் போன எல்லாரும் திரும்பி வந்துவிட்டதாகவும், ஞானாம்பாளும் பல்லக்கில் வருவதாக எல்லாரும் எண்ணிக் கொண்டிருந்ததாகவும், ஊருக்கு வந்த பிற்பாடு ஒரு பல்லக்கிலாவது ஞானாம்பாள் இல்லையென்றும் அவள் காணாமல் போயிருக்கிற காரணம் தெரியாமையினால் அவளைத் தேடுவதற்காகப் பல இடங்களுக்கும் ஆட்கள் ஓடுவதாகவும், நான் கேள்வியுற்று அப்படியே திகைத்துத் திடுக்கிட்டுச் சற்றுநேரம் மதி மயங்கியிருந்தேன். பிற்பாடு என் தேகம் நிலைகொள்ளாமல் எழுந்து, நானும் என் நண்பர் ஒருவரும், இரண்டு பெரிய குதிரைகளின் மேலே ஏறிக்கொண்டு, ஆயுதபாணிகளாய் வடக்கே நோக்கிப் புறப்பட்டோம். ஞானாம்பாளைத் தொடர்ந்து கொண்டு மனம் முன்னே ஓட, அந்த மனத்தைத் தொடர்ந்து கொண்டு ஓடுவதுபோல அதிவேகமாகச் சென்று, பல இடங்களிலும் தேடி ஆராய்ந்து கொண்டு பனம்பள்ளிக் கிராமத்துக்குப்போய் விசாரித்தோம். அங்கும் ஞானாம்பாள் இல்லையென்று தெரிந்து உடனே புறப்பட்டு வடக்கு ரஸ்தா வழியே போனோம்.

அந்தக் கிராமத்துக்குக் காதவழி தூரத்தில் அஸ்தமிக்கிற சமயத்தில் ஒரு சிறிய வண்டி, கொஞ்ச தூரத்தில் எங்களுக்கு நேரே வந்தது. அந்த வண்டியை நாலு பேர் வளைத்துக் கொண்டு தெற்கே வருகிற வண்டியைப் பலவந்தமாய் வடக்கே திருப்பிக் கொண்டிருந்தார்கள். அவர்களில் இரண்டு பேர் குதிரையின் மேலும், இரண்டு பேர் பாதசாரிகளாயும் இருந்தார்கள். அவர்கள் வண்டியைத் திருப்பும்போது, அந்த வண்டியிலிருந்து பெண்களுடைய கூக்குரல் ஒலி கிளம்பிற்று. அந்தத் துஷ்டர்கள் நாங்கள் வருவதைப் பார்த்தவுடனே, குதிரையின் மேலிருந்த இருவர் கத்திகளை உருவிக் கொண்டு எங்களை வெட்டுவதற்காக ஓடி வந்தார்கள்.

அவர்கள் எங்கள் சமீபத்தில் வருவதற்கு முன், குண்டுகள் போட்டுத் தயாராக இருந்த துப்பாக்கிகளை அவர்கள் மேலே பிரயோகித்தோம். குதிரையின் மேலிருந்த இருவர் தேகங்களிலும் குண்டுகள்பட்டுக் கீழே விழுந்துவிட்டார்கள். பாதசாரிகளான இருவரும் ஓட்டம் பிடித்தார்கள். அவர்களைப் போய் வளைக்கும்படி என்னுடைய நண்பருக்குச் சொல்லிய பின்பு வண்டியிலிருக்கிற ஸ்திரீகள் இன்னாரென்று அறியும் பொருட்டு, நான் குதிரையை விட்டுக் கீழே குதித்து வண்டிக்குப் பின்புறத்திலே போனேன். அந்த வண்டியிலிருந்த இரண்டு ஸ்திரீகளில் ஒருத்தி என்னைக் கண்டவுடனே பெரும் சப்தமாய்க் கூவிக்கொண்டு வண்டியை விட்டு என் முன்பாகக் கீழே விழுந்தாள். அந்தச் சத்தம் ஞானாம்பாளுடைய குரலாயிருந்ததால் அவளை என் கையாலே தூக்கி நிறுத்தி முகத்தை உற்றுப் பார்த்தேன். அவள் தேகத்தில் ஓர் ஆபரணமுமில்லாமல், ஆண்டிச்சி போலக் காவி வஸ்திரம் தரித்துக் கொண்டு, முகத்திலே எதையோ பூசிக்கொண்டு, அழுக்குப் படிந்த தங்கச் சிலை போல் உருமாறியிருந்தாள். அவளைப் பார்த்து "ஞானாம்பாள்! ஏனிப்படியிருக்கிறாய் ?" என்று கேட்டேன்.

அவள் தேம்பித் தேம்பி அழுது கொண்டு "என்னைச் சீக்கிரத்தில் பனம்பள்ளிக் கிராமத்துக்குக் கொண்டுபோய்ச் சேருங்கள். சகல காரியங்களையும் பிற்பாடு தெரிவிக்கிறேன்," என்று நடுநடுங்கிக் கொண்டு சொன்னாள். அவளை உடனே தூக்கி வண்டியில் உட்கார வைத்து வண்டியைச் சீக்கிரமாக விடும்படி வண்டிக்காரனுக்கு உத்தரவு கொடுத்து, நான் குதிரை மேலேறிக்கொண்டு நானும் என்னுடைய சிநேகிதரும் வண்டிக்கு முன்னும் பின்னுமாகப் போனோம். குண்டுபட்டு மாண்டுபோனவர்களுடன் பாதசாரியாய் வந்த இருவரையும் பின்கட்டு முறையாகக் கட்டி அவர்களையும் கூடக் கொண்டு போனோம். அன்று இராத்திரி எட்டு மணிக்கு, சம்பந்தி

முதலியாருடைய பனம்பள்ளிக் கிராமத்துக்குப் போய்ச் சேர்ந்தோம். அவ்விடத்திலே சம்பந்தி முதலியாரும் பின்னும் அநேகரும் ஏகமாய்க் கூட்டங்கூடி மூலைக்கு மூலை ஆள் அனுப்பியும் ஒரு செய்தியும் தெரியாமல், அழுது கொண்டிருந்தார்கள். ஞானாம்பாளைக் கண்டமாத்திரத்தில் அவளைக் கட்டிக் கொண்டு சம்பந்தி முதலியாரும் அவர் பத்தினி முதலானவர்களும் பட்ட துயரமும் அழுத அழுகையும் இவ்வளவென்று சொல்லி முடியாது. அவர்கள் போஜனம் செய்த பிற்பாடு அன்றைய தினம் நடந்த விபரங்களைச் சொல்லும்படி நாங்கள் கேட்க ஞானாம்பாள் சொல்லத் தொடங்கினாள்.

"அன்றையதினம் விடியற்காலம் நாலுமணிக்கு இந்தக் கிராமத்திலிருந்து, எல்லாரும் நம்முடைய ஊருக்குப் பிரயாணமாகும் போது நானும் எழுந்து வெளியே வந்து எந்தப் பல்லக்கிலே ஏறிக் கொள்ளலாமென்று பார்த்து வருகையில் சில சிவிகையார் ஒரு பல்லக்கை எனக்குக் காட்டி "இதில் ஏறிக்கொள்ளுங்கள் அம்மா," என்றார்கள். நான் உடனே அந்தப் பல்லக்கில் ஏறிக் கொண்டு, அப்போது அதிக இருட்டாயிருந்ததனால் கதவை மூடிக் கொண்டு பல்லக்கில் படுத்துக்கொண்டேன். பல்லக்குத் தூக்குகிறவர்கள் வழக்கப்படி சப்தமிட்டுக் கொண்டு என் பல்லக்கையும் மற்றப் பல்லக்குகளையும் தூக்கிக் கொண்டு ஓடினார்கள். நான் உடனே கண்ணை மூடிக்கொண்டு நித்திரை போய்விட்டேன். பிற்பாடு, சூரியோதய நேரத்தில், நான் விழித்துப் பல்லக்கின் கதவைத் திறந்து பார்த்தபோது, தெற்குமுகமாய்ப் போகவேண்டிய பல்லக்கு, வடக்கு முகமாய் ஓடிக்கொண்டிருப்பதாகத் தெரிந்தது. மற்றப் பல்லக்குகளும், வண்டி குதிரை முதலிய வாகனங்களும்கூட வருகின்றனவாவென்று அந்தப் பக்கமும் இந்தப் பக்கமும் எட்டி எட்டிப் பார்த்தேன். என் பல்லக்கைத் தவிர வேறே ஒரு வாகனத்தையாவது சொந்த மனுசர்களையாவது நான் பாராத

படியால் எனக்குச் சந்தேகமுண்டாகி சிவிகையாரைக் கூப்பிட்டு, "பல்லக்கு வடக்கே போவதற்குக் காரணம் என்ன ?" என்றும், "மற்ற வாகனங்களெல்லாம் எங்கே ?" என்றும் கேட்டேன். அவர்கள் பதில் சொல்லாமல் பல்லக்கைத் தூக்கிக்கொண்டு ஓடினார்கள். வழியில் யாராவது வந்தால், அவர்களை விசாரிக்கலாமென்று இருபக்கமும் பார்த்துக்கொண்டு போனேன்.

வெகு தூரம் வரையில் ஒருவரும் வரவில்லை. இன்னது செய்கின்றதென்று தெரியாமல் நான் திகைத்துப் போயிருக்கும்போது, சிவிகையார் பாதையின் மேற்கே கொஞ்ச தூரத்தில் ஒரு கள்ளுக் கடையைக் கண்டு, கள்ளுக் குடிப்பதற்காகப் பல்லக்கை பாதையில் நிறுத்திவிட்டுக் கள்ளுக் கடைக்குப் போய்விட்டார்கள். தப்புகிறதற்குச் சமயம் இதுதானென்றும் இது தப்பினால் வேறுசமயம் வாய்க்காதென்றும் எண்ணி, உடனே நான் கீழ்ப் புறத்து கதவைத் திறந்துகொண்டு கீழே குதித்து அந்தக் கதவை மூடிவிட்டுப் பல்லக்கின் மறைவிலே போய் பாதையின் கீழ்ப்புறமிருக்கிற காட்டுக்குள் நுழைந்துவிட்டேன். அது அடர்ந்த காடானதால் அதற்குள்ளே இருக்கிறவர்களை ஒருவரும் கண்டுபிடிக்க முடியாது. என்னுடைய காலில் இருந்த தண்டை முதலியவைகள் சப்திக்காதபடி அவைகளைக் கழற்றி மடியில் வைத்துக் கொண்டு முள்ளிலும் கல்லிலும் விழுந்து ஓட ஆரம்பித்தேன். அந்தக் காட்டில் மனிதருடைய கால் அடியே தெரியவில்லை. எனக்குச் சக்தி உள்ளமட்டும் ஓடினேன். மரக்கொம்புகள் என் மயிரைப் பிடித்திழுக்க - செடிகளெல்லாம் சேலையைக் கிழிக்க - முன்னேயிருக்கிற மரம் முட்டித் தள்ள - பின்னேயிருக்கிற மரம் பிடித்துத் தள்ள - பக்கத்து மரங்கள் பாய்ந்து தாக்க இவ்வகையாக நான் வெகுதூரம் ஓடின பிற்பாடு கொஞ்சதூரத்தில் ஒரு சிறிய மண்டபத்தைக் கண்டு அதற்கு நேரே ஓடினேன்.

அந்த மண்டபத்தில் இந்த சாமியாரினி அம்மாளைத் தவிர வேறொருவருமில்லை. இந்த அம்மாள் என்னைக் கண்ட உடனே "நீ யார் அம்மா! உன்னைப் பார்த்தால் பரதேவதை போலிருக்கிறதே! நான் பூசை செய்து வந்த தெய்வம் பெண் வடிவங்கொண்டு வந்ததுபோல் இருக்கிறதே!" என்று என்னை வணங்கினார்கள். நான் அந்த அம்மாளுக்கு நமஸ்காரம் செய்து "நான் தெய்வம் அல்ல, மனுசிதான்," என்று, நடந்த காரியங்களெல்லாம் தெரிவித்து என்னை ரட்சிக்க வேண்டுமென்று பிரார்த்தித்தேன். அவர்கள் மனம் இரங்கி "என்ன செய்ய வேண்டும்?" என்று கேட்டார்கள். "எப்படியாவது என்னைப் பனம்பள்ளிக் கிராமத்துக்குக் கொண்டுபோய் விட வேண்டும்," என்று விண்ணப்பம் செய்தேன்.

அந்தத் துஷ்டர்கள் துரத்திக் கொண்டு வந்தால் என்னைக் கண்டுபிடிக்காதபடி, ஆபரணங்களை எல்லாம் கழற்றி ஒரு துணியில் முடிந்து கொண்டு ஒரு காவி வஸ்திரத்தை எனக்கு உடுத்துவதற்கு தந்து என்னை உருமாற்றி, அழைத்துக் கொண்டு புறப்பட்டார்கள். நாங்கள் தெற்கு முகமாய்ப் போகிற ஓரடிப் பாதை வழியாய் வெகுதூரம் நடந்து பிற்பாடு ஒரு பாதையில் வந்து சேர்ந்தோம். அந்த வழியில் நடக்க எனக்கு மனமே இல்லை. ஆயினும் வேறே மார்க்கம் இல்லாதபடியாலும் எனக்குக் கால் நடக்கக் கூடாமல் வீக்கமாயிருந்தபடியாலும் வழியில் ஒரு வண்டியை வாடகைக்கு அமர்த்தி, நாங்கள் இருவரும் ஏறிக்கொண்டு அதிக நடுக்கத்துடன் செல்லும்பொழுது மாலை மயங்கும் நேரத்தில் வடக்கே இருந்து இரண்டு குதிரைக்காரர்களும் இரண்டு காலாட்களும் ஓடிவந்தார்கள்; அவர்களைப் பார்த்த உடனே புலியைக் கண்ட பசுப் போல் நாங்கள் பயந்து விட்டோம்.

அவர்கள் வண்டிக்குப் பின்னே வந்து, என்னை உற்றுப் பார்த்து, எப்படியோ நான்தானென்று கண்டுபிடித்துக் கொண்டு,

வண்டியை வடக்கே திருப்பச் சொல்லி வண்டிக்காரனை அடித்தார்கள். அந்தச் சமயத்தில் அத்தானும் அவருடைய சிநேகிதரும் குதிரைமேல் ஏறிக்கொண்டு தெற்கே இருந்து ஓடிவந்தார்கள். அவர்களை வெட்டுவதற்காக வடக்கே இருந்து வந்த இரண்டு குதிரைக்காரர்களும் கத்தியை உருவிக்கொண்டு நெருங்கினார்கள். உடனே அவர்கள் மேலே அத்தான் பிரயோகித்த குண்டுகள்பட்டு அவர்கள் கீழே விழுந்துவிட்டார்கள். பிற்பாடு நடந்த சங்கதிகளெல்லாம் அத்தானைக் கேட்டால் தெரியும். அந்தச் சமயத்தில் அத்தான் வந்து உதவாவிட்டால் என்னை மறுபடியும் நீங்கள் காணமாட்டீர்கள்!" என்று ஞானாம்பாள் சொல்லி முடித்தாள்.

ஞானாம்பாள் என்னைப் பற்றிச் சொல்லுகிற வரையில், என்னை ஒருவரும் கவனிப்பார் இல்லை. அவள் கூறிய மாத்திரத்தில் எல்லாருடைய கண்களாகிய வண்டுகள் என்னுடைய முகத் தாமரை மேலே மொய்க்க ஆரம்பித்தன. சம்பந்தி முதலியார் என்னைக் கட்டித் தழுவிக் கொண்டு கூறிய நன்றி வார்த்தைகளுக்கு அளவேயில்லை. ஞானாம்பாளை வடக்கு பாதையில் வளைத்தவர்களை உதைத்து விசாரிக்க, பூங்காவூர்த் தாலுகா தாசில்தார், ஞானாம்பாளைத் திருமணம் செய்யவேண்டி கடத்திவரச் சொன்னதாக அந்த அடியாட்கள் உண்மையைக் கூறினர்.

இதைக் கேட்ட உடனே சம்பந்தி முதலியார் மறுபடியும் என்னைத் தழுவிக் கொண்டு சொல்லுகிறார்: "நீ செய்த உபகாரத்தை நான் ஒருநாளும் மறப்பேனா? என் புத்திரி காணாமல் போன உடனே, உன் மேலும் சந்தேகம் வந்தது. பிற்பாடு பல காரணங்களால் அந்தச் சந்தேகம் நிவர்த்தியாகிவிட்டது. என் மகளுக்கும் எங்களுக்கும் உயிர் பிச்சை கொடுத்துக் காப்பாற்றினாய்; உனக்குத் திரிலோகங்களையும் கொடுத்தாலும்

தகும். ஆகிலும் நீ அங்கீகரிக்கும்படியான ஒரு சன்மானத்தை உனக்குச் செய்ய யோசித்திருக்கிறேன்," என்றார். அவரும் மற்றவர்களும் எனக்குக் கூறிய நன்றி வார்த்தைகள் எல்லாம் ஞானாம்பாளுடைய ஒரு புன்னகைக்குச் சமானமாக நான் நினைக்கவில்லை.

என்னுடைய ஸ்தோத்திரம் முடிந்தவுடனே, ஞானாம் பாளுக்குத் துணையாக வந்த அம்மாவை எல்லாரும் புகழ ஆரம்பித்தார்கள். அவளுடைய சரித்திரத்தைச் சொல்லும்படி வேண்டிக் கொண்டோம். அவள், தன் மாமியார் நாத்தனார்களிடம் தான் பட்ட கொடுமைகளையும், தன் உயிர்க்கணவரை விட்டு பிரிந்த கதையையும் சொன்னாள். அந்த அம்மையாரின் சரித்திரத்தைக் கேட்டு அனுதாபப்படாதவர்கள் யாரும் இல்லை.

ஞானாம்பாள் தப்பி வந்த சமாசாரத்தை என்னுடைய தாய் தந்தையர் கேள்விப்பட்டு, அவளைப் பார்க்கும் பொருட்டு மறுநாள் உதய நேரத்துக்குப் பனம்பள்ளிக் கிராமத்துக்கு வந்தார்கள். அவர்களைக் கண்ட உடனே சம்பந்தி முதலியார் சந்தோசமாக, "உங்களுடைய புத்திர சிரோமணியால் எங்களுடைய அருமைக் குமாரத்தியை நாங்கள் மறுபடியும் கண்டோம். அவளை இன்னும் இரண்டு நாள் வரைக்கும் காணாமலிருப்போமானால், எங்களுடைய உயிரைக் காணமாட்டோம். நாங்கள் குடும்பத்துடன் மாண்டு போயிருப்போம். உங்கள் குமாரனே எங்களுக்கு மீண்டும் உயிர்ப் பிச்சை கொடுத்தான். ஞானாம்பாள் அவனால் இரட்சிக்கப்பட்டபடியால் அவளை அவனுக்கே தத்தம் செய்ய யோசித்திருக்கிறேன். இதற்கு நீங்கள் என்ன சொல்லுகிறீர்கள்?" என்று கேட்டார். "உங்களுடைய இஷ்டப்படி நடக்கக் காத்திருக்கிறோம்," என்று என்னுடைய தாய் தந்தையர் சொன்னார்கள். கல்யாணத்தை இனித் தாமதப்படுத்தக்

கூடாதென்றும், சீக்கிரத்தில் நிறைவேற்ற வேண்டுமென்றும் அவர்கள் பேசிக்கொண்டிருக்கும்போது, வீட்டுக்கு வெளியில் யுத்தம் நடப்பதுபோல் பெரிய இரைச்சலும் சப்தமும் கேட்டு நாங்கள் உடனே வெளியே ஓடிப் பார்த்தோம். அனேக சிப்பாய்களும் சேவகர்களும் உருவின கத்தி முதலிய ஆயுதங்களுடனே வந்து எங்கள் வீட்டை வளைத்துக்கொண்டார்கள்.

அவர்களுடன் ஒரு பெரிய குதிரையின்மேல் ஏறிக்கொண்டு வந்த சுதேசியான ஓர் உத்தியோகஸ்தர் பெரும் கோபத்துடன், "பிரதாப முதலியென்பவன் 'யாரெ"ன்று கேட்க, நான்தானென்று அவருக்கு எதிரே போனேன். என்னைப் பிடித்துக் கட்டும்படி உத்தரவு கொடுத்தார். உடனே என் தகப்பனாரும் சம்பந்தி முதலியாரும் ஓடி வந்து, "அந்தப் பிள்ளையைக் கட்ட வேண்டிய காரணம் என்ன ? அவன் என்ன குற்றம் செய்தான் ?" என்று கேட்டார்கள்.

உடனே எங்கள் பந்துக்கள், வேலைக்காரர்கள், அந்தக் கிராமத்துக் குடிகள் முதலான இருநூறு ஜனங்கள் கூட்டங் கூடினதை அந்த உத்தியோகஸ்தர் கண்டு பயந்து, என்னைக் கட்ட வேண்டாமென்று உத்தரவு கொடுத்து, தெருத்திண்ணை மேல் உட்கார்ந்து கொண்டு, என்னைப் பார்த்து "ஒரு பெரிய உத்தியோகஸ்தனாகிய தாசில்தாரை நீர் கொலை செய்துவிட்டதால், அதைப்பற்றி விசாரிக்க வந்திருக்கிறோம். நீர் என்ன சொல்லுகிறீர் ?" என்று கேட்டார். இதைக் கேட்ட உடனே எனக்குத் தைரியம் உண்டாகி, ஞானாம்பாள் விசயத்தில், அந்தத் தாசில்தார் செய்த அக்கிரமங்களை எல்லாம் ஆதியோடந்தமாகத் தெரிவித்தேன். உடனே அவர் "நீர் சொல்வதற்குச் சாட்சிகள் உண்டா ?" என்று வினாவினார். சாட்சிகள் இருக்கிறார்களென்று சொல்லி, நான் பிடித்து வைத்திருந்த இரண்டு சேவகர்களையும் அவர் முன்னே கொண்டு வந்து விட்டேன். அவர்கள் ஒரு

காரியத்தையும் மறைக்காமல், சகல சங்கதிகளையும் விவரமாய்ச் சொல்லி வாக்குமூலம் எழுதித் தந்தார்கள்.

பிற்பாடு ஞானாம்பாளைத் திரை மறைவில் இருக்கச் சொல்லி அவளையும் அவளுடன் கூடவந்த அம்மாளையும் விசாரித்தார். கடைசியாய் அவர் உண்மையைத் தெரிந்துகொண்டு, என்னை நோக்கிச் சொல்லுகிறார்: "தாசில்தாரையும் அவருடைய நண்பரையும், நீர் கொலை செய்ததாக மட்டும் பிரஸ்தாபமே தவிர தாசில்தார் செய்த அக்கிரமங்களை ஒருவரும் தெரிவிக்கவில்லை. இப்போதுதான் உண்மை வெளியாயிற்று. தகுந்த அந்தஸ்துள்ள ஒரு கன்னிப் பெண்ணை, அந்த தாசில்தார் பலவந்தமாய்க் கொண்டு போனதும், பிற்பாடு அந்தப் பெண் தப்பி ஓடும்பொழுது மறுபடியும் அவளைத் தொடர்ந்து, பலாத்காரம் செய்ய முயற்சித்ததும் பெரிய அக்கிரமம்; அந்தப் பெண்ணைத் தேடிக்கொண்டு போன உம்மை, அவனும் அவனுடைய நண்பனும் கத்தியை உருவி வெட்ட வந்தபடியால், உமது உயிரை காப்பாற்றிக் கொள்ளும் பொருட்டு, அந்தத் துஷ்டர்களைக் கொலை செய்ய வேண்டியது அவசியமாயிருந்தது; ஆகையால் இந்த விசயத்தில் உம்மிடத்தில் யாதொரு குற்றமுமில்லை; ஜனங்களுடைய நலனுக்காக தாசிலாக நியமிக்கப்பட்ட அந்தக் கொடியவன், அவனுடைய அதிகாரத்தைத் துர்விஷயத்தில் உபயோகப்படுத்தினதால், அவன் இராஜ தண்டனைக்கும், தெய்வத் தண்டனைக்கும் பாத்திரனாக இருக்கிறான். தெய்வத் தண்டனை முந்திக் கொண்டபடியால், இராஜ தண்டனைக்கு இடமில்லாமல் போயிற்று; ஆகையால் நீர் நிரபராதி என்று மேல் அதிகாரிகளுக்குத் தெரிவிக்கப்படும்" என்றார்.

இதைக் கேட்டவுடனே எங்களுக்கெல்லாம் தேகத்தை விட்டுப் பிரிந்துபோன உயிர் மறுபடியும் திரும்பி வந்தது போல் ஆனந்தம் உண்டாயிற்று. உடனே அந்தக் கனவான் விசாரணையான

விவரங்களை எழுதி, அதைச் சேவகர்கள் கையிலே கொடுத்து கலெக்டரிடத்தில் கொடுக்கும்படி அனுப்பினார்.

அவர் எங்களைப் பார்த்து, "திரைமறைவில் விசாரிக்கப்பட்ட இந்த வீட்டுப் பெண்களை நான் கண்ணாலே பார்க்க வேண்டியது முக்கியமாயிருக்கிறது; அவர்களை நான் பார்க்கலாமா?" என்று கேட்டார். சாமியாரினி அம்மாளை மட்டும் அதிகக் கவனமாக உற்றுப் பார்த்தார். அந்த அம்மாவும் அவரைச் சற்றுநேரம் உற்றுப் பார்த்து, "ஆ! என் பிராண நாயகரே!" என்று அலறிக் கொண்டு அவருடைய பாதத்தில் விழுந்தாள். உடனே அவர் அவளை வாரித் தூக்கி, "இந்தப் பஞ்சைக் கோலத்துடனா உன்னைப் பார்க்க வந்தேன்!" என்று கண்ணீர் மழை சொரிந்தார். அவருடைய துக்கம் சிறிது மாறின பிற்பாடு அவர் எங்களைப் பார்த்து, "இவள் என்னுடைய பத்தினி; நான் வந்த இடத்தில் தேடிப்போன மருந்து அகப்பட்டதுபோல், என் பெண்சாதி அகப்பட்டாள்!" என்றார்.

அந்த அம்மையாருடைய புருசனும் நாங்களும் பேசிக் கொண்டிருக்கும்போது, ஒரு பெரியவரும் ஓர் அழகான குமாரனும் உள்ளே வந்து நுழைந்தார்கள். அவர்கள் யாரென்றால் அந்த அம்மாளுடைய தகப்பனாரும் பிள்ளையும்தான். பிறகு எங்களிடத்தில் விடை பெற்றுக்கொண்டு அவர்கள் போய்விட்டார்கள்.

எனக்கும் ஞானாம்பாளுக்கும் அதி சீக்கிரத்தில் விவாகம் முடிக்க வேண்டுமென்று சம்பந்தி முதலியார் அவசரப்பட்டார். ஆனால் என் தாய்தந்தையர் தூரத்திலிருக்கிற பந்து ஜனங்களும் தேவராஜப் பிள்ளை கனகசபை முதலானவர்களும் கல்யாணத்துக்கு வரும்படியான சாவகாசத்தை யோசித்து முகூர்த்தம் நியமித்ததினால் கல்யாணம் இருபது நாள் தள்ளிப்போய்விட்டது. அந்த இருபது நாளும் இருபது யுகங்களைப் போல் இருந்தன.

கடைசியாய் அந்தக் காலமும் முடிந்தது; ஞானாம்பாளுக்கும் எனக்கும் கல்யாணமும் முடிந்தது. அந்தக் கல்யாண மகோற்சவ வைபவத்தைப் பிறர் சொல்ல வேண்டுமே அல்லாது, நான் சொல்லிக் கொள்வது தற்புகழ்ச்சியாய் முடியும். அன்றியும் ஞானாம்பாளுக்கு நான் மாலை சூட்டிய பாக்கியத்தைப் பார்க்கிலும் மற்றக் கல்யாண சடங்குகள் விசேசமல்ல. ஆகையால், அவைகளை விவரிக்காமல் விட்டுவிடுகிறேன்.

விக்கிரமாதித்தன் காட்டில் ஆறு மாதமும் நாட்டில் ஆறு மாதமும் வசித்தது போல நானும் ஞானாம்பாளும் அவள் தகப்பனார் வீட்டில் ஆறு மாதமும் என் வீட்டில் ஆறுமாதமும் மாறி மாறி வசிக்கிறதென்று என் தகப்பனாரும், ஞானாம்பாள் தகப்பனாரும் நிபந்தனை செய்து கொண்டார்கள்.

என் தாயாரும் ஞானாம்பாளும் தாயும் மகளும் போல அதிக நேசமும் பிரியமுமாக ஒத்து வாழ்ந்தார்கள். ஞானாம்பாள் வந்தது முதல் அவளே வீட்டுக் காரியங்களையும், என் தாயாருடைய உடல் நிலையையும் கவனமாகப் பார்த்துக்கொண்டது என் தாயாருக்குப் பெரிய ஆறுதலாக இருந்தது. அன்றியும் எனக்கு வேலைசெய்யப் பல வேலைக்காரர்களிருந்தாலும் கல்யாணத்துக்குப் பிற்பாடு என்னுடைய வேலையையும் ஞானாம்பாளே செய்து வந்தாள்.

“இதற்கு முன் ஒரு நாளும் நீ வேலை செய்வதை நான் பார்த்ததில்லையே. இப்போது இந்த வேலைகளையெல்லாம் எப்படிக் கற்றுக் கொண்டாய் ?” என்று நான் கேட்க, அவள் “பட்சிகளுக்குப் பறக்கவும் மீன்களுக்கு நீந்தவும் யார் கற்பித்தார்கள் ? அப்படியே நானும் வேலை செய்ய பயின்றேன் !” என்றாள்.

ஞானாம்பாள் வேலைசெய்கிற நேரம்போக மற்ற நேரங்களில் நானும் அவளும் பல விஷயங்களைப் பற்றி உரையாடுவது வழக்கம். என் தாயாரையும் ஞானாம்பாளையும் அவளுடைய தாயாரையும்

பிரதாப முதலியார் சரித்திரம்

தவிர வேறே ஸ்திரீகளை நான் அறியாதபடியால் ஸ்திரீகளெல்லாரும் நல்லவர்களென்று பூஜிக்கிறதும், புருஷர்களெல்லாரும் துஷ்டர்களென்று தூஷிக்கிறதும் எனக்கு வழக்கமாயிருந்தது. ஒரு நாள் ஞானாம்பாள் என்னை நோக்கி "ஸ்திரீகளில் நல்லவர்களும் இருக்கிறார்கள்; கெட்டவர்களும் இருக்கிறார்கள். அப்படியே புருஷர்களிலும் நல்லவர்களும் கெட்டவர்களும் இருக்கிறார்கள்" என்றாள். பெண்கள் கெட்டவர்கள் என்பதற்குச் சில உதாரணங்களை ஞானாம்பாள் சொன்னவுடனே அவர்கள் நல்லவர்களென்பதற்கு நானும் சில உதாரணங்களைச் சொன்னேன்.

நான் ஞானாம்பாளைப் பார்த்து, "உனக்கு ஒரு துஷ்டப் புருஷன் வந்து வாய்த்தால் நீ என்ன செய்வாய்?" என்று கேட்க, அவள் என்னை நோக்கி, "இதற்கு முன் ஒரு புண்ணியவதி நடந்து வழிகாட்டியிருக்கிறாள்; நானும் அந்தப் பிரகாரம் நடப்பேன்!" என்றாள். பிறகு ஞானாம்பாள் என்னைப் பார்த்து, "உங்களுக்கு ஒரு கெட்ட பெண்சாதி வாய்த்தால் நீங்கள் என்ன செய்வீர்கள்?" என்று கேட்டாள். "அவளை என்னாலே கூடிய வரையில் சாந்தமாகவும் நயமாகவும் பேசித் திருத்தப் பிரயாசைப்படுவேன். அவள் திருந்தாமல் முரட்டுத்தனம் செய்வாளானால் அரபு தேசத்து ஆயிரம் இராத்திரிக் கதைகளில் ஒன்றில் சொல்லுகிற பிரகாரம் செய்வேன்!" என்றேன். அந்தக் கதையின் சுருக்கத்தைச் சொல்ல வேண்டுமென்று ஞானாம்பாள் கேட்க நான் சொன்னேன்.

நானும் ஞானாம்பாளும் சந்தோசமாகக் காலம் போக்கிக் கொண்டுவந்தோம். சம்பந்தி முதலியார் என் தகப்பனாரிடத்திற்கு வந்து ஞானாம்பாள் கர்ப்பவதியாயிருப்பதாக அவளுடைய தாயார் சொல்லுகிறாள். அவளுக்கு முதல் பிரசவத்தில் ஆண் குழந்தை பிறக்குமென்று அவளுடைய ஜாதகத்தில் எழுதப்பட்டிருக்கிறது.

அந்தப் பிள்ளையை எனக்கு நீர் ஸ்வீகாரம் கொடுக்க வேண்டும்; அதற்கென்ன சொல்லுகிறீர்?" என்றார். என் தகப்பனார் சிரித்துக்கொண்டு "கர்ப்பமே நிச்சயமென்று தெரியவில்லை; அது நிச்சயமாயிருந்தாலும் ஆண் பிள்ளைதான் பிறக்குமென்று எப்படி நிச்சயிக்கக்கூடும்? பின்னும் மூத்த புத்திர சுவீகாரமும் மகள் பெற்ற புத்திர சுவீகாரமும் செல்லாதென்று தர்ம சாஸ்திர வசனமும் இருக்கின்றதே!" என்றார்.

சம்பந்தி முதலியார் என் தகப்பனாரைப் பார்த்து "உம்மை நான் தர்மசாஸ்திரம் கேட்கவில்லை. நீர் அந்தப் பிள்ளையை சுவீகாரம் கொடுப்பீரா? மாட்டீரா? இரண்டிலொன்று சொல்லும்!" என்றார். உடனே என் தகப்பனார் "எனக்குப் பேரன் வேண்டாமா? உமக்கெப்படி சுவீகாரம் கொடுப்பேன்?" என்றார். இதைக் கேட்டவுடனே சம்பந்தி முதலியாருக்கு ஆத்திரம் உண்டாகி, அவர் வீட்டுக்குப் போய் ஞானாம்பாளைக் கூப்பிட்டு, "உனக்கு நான் வேண்டுமா? புருசன் வேண்டுமா?" என்று கேட்க, அவள் "இருவரும்தான் வேண்டும்!" என்றாளாம்.

"இருவரிலும் யார் விசேசம்?" என்று அவர் மறுபடியும் கேட்க அவள் புருஷன்தான் விசேசமென்று நேரே உத்தரவு சொன்னால் தகப்பனாருக்குக் கோபம் வருமென்று நினைத்து, "என் தாயாருக்குத் தன் தகப்பனைப் பார்க்கிலும் நீங்கள் விசேஷமல்லவா?" என்று வினயமாகவும் மறை பொருளாகவும் மறுமொழி சொன்னாள். அதற்குச் சற்று நேரம் அவருக்குப் பயன் தெரியாமலிருந்து பிற்பாடு தெரிந்துகொண்டு ஞானாம்பாளை வாயில் வந்தபடி தூஷித்து "இனிமேல் நீ உன் புருஷன் வீட்டுக்குப் போவதைப் பார்க்கலாம். அவனும் இங்கே வருவதைப் பார்க்கலாம்," என்று சொன்னாராம். தூஷணையான வார்த்தைகளை அவள் ஒருநாளும்

கேளாதவளானபடியால் அவளுக்கு உடனே நடுக்கலும் சுரமும் கண்டு கர்ப்பத்துக்கு அபாயம் வந்து விட்டது.

இந்தச் செய்திகளெல்லாம் என் தகப்பனார் கேள்விப்பட்டு அவர் என்னை அழைத்து "உனக்குத் தகப்பன் வேண்டுமா? பெண்சாதி வேண்டுமா?" என, நான் "இருவரும்தான் வேண்டும்" என்றேன். அவர் "அது கூடாது; நான் வேண்டுமானால் உன் பாரியைத் தள்ளிவிட வேண்டும்!" என்றார். நான் என் தகப்பனாரைப் பார்த்து "பிதுர் வாக்கியம் நியாயத்திற்கும் தர்மத்திற்கும் ஒத்திருக்கிற பட்சத்தில் நான் அந்தப்படி நடக்கவேண்டியதுதான்.

"சகல சாஸ்திரங்களுக்கும், வேத வாக்கியங்களுக்கும் விரோதமாக என் பாரியைத் தள்ளிவிடும்படி சொல்கிறீர்கள். அந்த உத்தரவை எப்படி நான் அனுஷ்டிக்கக் கூடும்?" என்றேன். உடனே அவருக்குக் கடும் கோபமுண்டாகி, "அடா! பயலே! இதற்குத்தானா உன்னை நான் பெற்றேன்? வளர்த்தேன்? நேற்று வந்தவளைப் பெரிதாயெண்ணி என்னை அலட்சியம் செய்தாயே. இனிமேல் அவளும் இங்கே வரக்கூடாது. நீயும் அங்கே போகக்கூடாது. இனி நீ அவளிடத்தில் பேசினால் எனக்கு நீ பிள்ளையுமல்ல; நான் உனக்குத் தகப்பனுமல்ல; என்னுடைய ஆஸ்தியும் உனக்கு நாஸ்திதான்!" என்றார். அந்த வார்த்தைகள் ஒவ்வொன்றும் என் இருதயத்தைப் பிளந்தது. சம்பந்தி முதலியார் வீட்டுக்கு நானும் போகக் கூடாது. என் வீட்டுக்கு ஞானாம்பாளும் வரக்கூடாதென்று சம்பந்தி முதலியாரும் என் தகப்பனாரும் ஆணையிட்டு மறித்த பிற்பாடு இனிமேல் அவளை எப்போது காணப்போகிறோம் என்று நான் இருக்கும் போது என் தாயார் பரிதாப முகத்துடன் என்னிடம் வந்தார்கள்.

பலவிதமாக என் தாயார் எனக்குத் தைரியம் சொன்னார்கள். அவர்கள் என்கூட இருந்த வரையில் எனக்குக் கொஞ்சம் ஆறுதலாக இருந்தது. அவர்கள் போன உடனே அந்த ஆறுதலும் போய்விட்டது. என்னுடைய துயரத்தை அதிகப்படுத்துவதற்கு இன்னொரு காரணமும் கூடச் சேர்ந்தது. அஃது என்னவென்றால், சம்பந்தி முதலியாருக்கும் என் தகப்பனாருக்கும் உண்டான சண்டை நிமித்தம் ஞானாம்பாளுக்கு வியாதி அதிகரித்து, அவளுடைய கர்ப்பமும் அழிந்து போனதாக நான் கேள்விப்பட்டு, வேல் பாய்ந்த புண்ணிலே கொள்ளிக்கட்டையைச் சொருகினது போல் பெருந்துயரத்தை அடைந்தேன். அந்தச் சண்டைக்குக் காரணமாயிருந்த கர்ப்பம் அழிந்து போயும் அதனால் விளைந்த கலகம் தீரவில்லை.

குதிரை கீழே தூக்கிப்போட்டதுமில்லாமல் மேலே ஏறியும் மிதித்தது போல், என் தகப்பனார் சும்மா இராமல் எனக்கு வேறே பெண் விசாரித்துக் கல்யாணம் செய்விக்க வேண்டுமென்று எண்ணம் கொண்டதாக நான் கேள்விப்பட்டு இப்படிப்பட்டவர்களுடைய முகத்தில் விழிக்காமல், ஞானாம்பாளையும் அழைத்துக் கொண்டு எங்கேயாவது போய்விடலாமென்கிற எண்ணம் உண்டாயிற்று. ஆனால் ஞானாம்பாள் வியாதியாயிருப்பதனாலே, அவளை அழைத்துக் கொண்டு போவது தகுதியல்லவென்றும் நான் முன்னே சென்று, ஓர் இடத்தில் நிலைத்திருந்து கொண்டு பிற்பாடு அவளை அழைத்துக் கொள்ளலாமென்றும் எனக்குள்ளே தீர்மானித்துக் கொண்டேன். ஆனால் அவளுக்குத் தெரிவிக்காமல் போனால் அவளுடைய வியாதி அதிகரிக்குமென்று பயந்து சகல விவரங்களையும் ஓர் அந்தரங்கக் கடிதம் மூலமாக அவளுக்குத் தெரிவித்தேன். அதற்கு அவள் உடனே மறுமொழி அனுப்பினாள்.

அதில் நான் தேசாந்தரம் போகக் கூடாதென்றும், தேசாந்திரம் போகிற பட்சத்தில் தன்னையும் அழைத்துக் கொண்டு போக வேண்டுமென்றும் எழுதியிருந்தாள். நான் அவளை அழைத்துக் கொண்டு போவதற்குள்ள அசந்தர்ப்பங்களை விவரித்து இரண்டாவது கடிதம் அனுப்பினேன். அதற்கு ஒரு பதிலும் வராதபடியால் நான் சொன்ன நியாயங்களை அவள் ஏற்றுக் கொண்டாளென்று ஊகித்துக் கொண்டேன். அவளுக்கு நான் புறப்படப் போகிற தினத்தையும் தெரிவிக்கவில்லை.

ஒருநாள் இராத்திரி எல்லாரும் தூங்குகிற சமயத்தில் எனக்கு விசுவாசமுள்ள இரண்டு வேலைக்காரர்களைக் கூட்டிக் கொண்டு வழிக்கு வேண்டிய சாமான்களை எடுத்துக்கொண்டு, எங்களுக்குச் சொந்தமான ஒரு யாத்திரை வண்டியை எடுத்துக் கொண்டு கிழக்கு பாதை வழியாகப் பிரயாணம் புறப்பட்டேன்.

நான் இன்ன ஊருக்குப் போகிறதென்கிற நிச்சயமில்லாமல் கிழக்கு பாதையைப் பிடித்துக் கொண்டு அதி துரிதமாய்ப் போனேன். நான் போகும்போது என்னுடைய தேகம் மட்டும் கூட வந்ததே தவிர என் மனம் கூட வராமல் என் தாயாரிடத்திலும் ஞானாம்பாளிடத்திலும் தங்கிவிட்டது.

அன்றைய தினம் ஐந்து காத வழி நடந்து இராத்திரிப் பத்து மணிக்கு நல்லூர் என்னும் கிராமத்தை அடைந்தோம். அந்த ஊர்ச் சத்திரத்தில் ஒரு தனிமையான இடத்தில் பஞ்சணையை விரித்து முகம் மறைய முக்காடிட்டுப் படுத்துக்கொண்டேன். நான் படுத்த சற்று நேரத்திற்குப் பின்பு யாரோ வந்து என்னைத் தட்டினார்கள். நான் உடனே என் முக்காட்டைத் திறந்து பார்க்க ஞானாம்பாள் வந்து நிற்பது போலத் தோன்றிற்று. இது கனவோ அல்லது உருவெளித் தோற்றமோ என்று நான் மயங்கிக் கொண்டிருக்கையில், அவளுடைய கண்ணீர்ப் பிரவாகம் என் முகத்தின் மேல் விழுந்து

என் மயக்கத்தைத் தெளிவித்தது. உடனே அவள் என்னைத் தழுவிக் கொண்டு, கண்ணீர்விட்டுப் பொருமினாள். நானும் சற்று நேரம் கண் கலங்கின பிற்பாடு அவளைப் பார்த்து, "இப்படிப்பட்ட பலவீனமான தேகத்தோடு நீ யாத்திரை செய்யக் கூடுமா?" என்று கேட்டேன். அவள் தனக்குப் பூரண சௌக்கியமாகிவிட்டதால் யாத்திரை செய்யலாமென்று சொன்னாள்.

மறுநாள் விடியுமுன் எழுந்து, மறுபடியும் பிரயாணம் ஆரம்பித்தோம். பகல் முழுவதும் யாத்திரை செய்கிறதும் இரவில் எந்த ஊர் நேருகிறதோ அந்த ஊரில் தங்குகிறதும் இவ்வகையாக நாங்கள் பயணம் செய்து கொண்டு போகும் போது, ஒருநாள் அஸ்தமிக்கிற வரையில் நாங்கள் தங்கும்படியாகச் சத்திரமாவது ஊராவது தென்படவில்லை. அன்றைய தினம் அமாவாசை இருட்டானதால் எங்கே தங்கலாமென்று யோசித்துக் கொண்டு போகையில் கொஞ்ச தூரத்தில் ஒரு சாவடி காணப்பட்டது. அந்தச் சாவடியில் தங்கலாமாவென்று அவ்விடத்தில் நின்று கொண்டிருந்த ஆட்களை விசாரித்தோம். அவர்கள் அது தகுதியான இடமென்று சொன்னதினால் நாங்கள் வண்டியை நிறுத்தி அந்தச் சாவடியில் தங்கி, நானும் ஞானாம்பாளும் வழியில் வந்த களைப்பினால் படுத்துத் தூங்கினோம். வேலைக்காரர்கள் சமையல் செய்து எங்களை எழுப்பி அன்னம் படைத்தார்கள்.

போஜனம் முடிந்தவுடனே எங்கள் வேலைக்காரர்களில் ஒருவன் எங்களைப் பார்த்து "ஐயா! நான் தண்ணீர் கொண்டு வரக் குளத்துக்குப் போனபோது ஒரு மனுசன் என்னைக் கண்டு இந்த இடம் கள்ளர்கள் வசிக்கிற இடமென்றும், இந்தச் சாவடியில் அநேகம் கொள்ளையும் கொலையும் நடந்திருப்பதாகவும் சொன்னான். இந்தச் சாவடி தங்குவதற்குத் தகுந்த இடமென்று சில ஆள்கள் சொன்னதை நம்பி நாங்கள் தங்கினோமென்று நான்

தெரிவித்தேன். அப்படி யாராவது உங்களுக்கு தெரிவித்திருந்தால் அவர்கள் திருடர்களாகவே இருப்பார்கள். நீங்கள சர்வ ஜாக்கிரதையாயிருக்க வேண்டும் என்று அந்த மனுசன் எச்சரிக்கை செய்து போய்விட்டான்'' என்றான். இதைக் கேட்டவுடனே எனக்கு அடிவயிற்றில் இடிவிழுந்தது போலிருந்தது. நாங்கள் பேசிக்கொண்டிருக்கும் போது, சிறிது தூரத்தில் வெளிச்சங்களுடனே திருடர்கள் பெருங்கூட்டமாய் வரும்போது அவர்களுக்கு நேரே கிழக்கேயிருந்து ஒரு பெருங்கூட்டம் வந்து அவர்களைப் பார்த்து, "நீங்கள் யாரடா ?'' என்று வினாவ, அவர்கள் "நீங்கள் யாரடா ?'' என்று எதிர்த்துக் கேட்டார்கள். உடனே கிழக்கேயிருந்து வந்தவர்களுக்குக் கோபம் உண்டாகி மேற்கேயிருந்து வந்தவர்கள் மேலே விழுந்து கத்திகளாலும் கழிகளாலும் யுத்தம் செய்ய ஆரம்பித்தார்கள். கிழக்கேயிருந்து வந்த கூட்டத்தாருக்கு மறுபடியும் மறுபடியும் உப்பலம் சேர்ந்து கொண்டிருந்தபடியால், அவர்கள் பக்கத்தில் ஜயம் உண்டாகி மேற்குத் திசையார் ஓட ஆரம்பித்தார்கள். அவர்களைக் கிழக்குத் திசையார் வெகுதூரம் வரையில் தொடர்ந்துபோய்ப் பிற்பாடு நாங்கள் இருந்த சாவடியை நோக்கித் திரும்பினார்கள்.

இவர்களில் இரண்டு பேர் மட்டும் எங்களை நோக்கி வந்தார்கள். அவர்கள் தூரத்தில் வரும்போதே என் பெயரைச் சொல்லி மரியாதையாய்க் கூப்பிட்டுச் சொல்லுகிறார்கள் : திருடர்கள் ஓடிப் போய்விட்டார்கள்; இனிமேல் நீங்கள் அஞ்ச வேண்டாம்; நாங்கள் உங்களுக்குச் சகாயமாக வந்தவர்களே தவிர நாங்கள் திருடர்கள் அல்ல!'' என்று சொல்லிக் கொண்டு எங்களை நெருங்கி வந்தார்கள்.

அவர்களுள் ஒருவன், "என் பெயர் புண்ணியக்கோடி, என்னையும் என் தாயாரையும் உங்களின் பெற்றோர்தாம்

ஆதரித்து வந்தனர். நான் இப்போது சாப்பிடுகிறது உங்களுடைய அன்னம்தான்; எரிக்கிறது உங்களுடைய விளக்குத்தான்; தண்ணீர்த் துறையில் உங்களுடைய வேலைக்காரனைப் பார்த்தபோது நீங்கள் வந்திருக்கிற சமாசாரம் தெரிந்து கொண்டேன். ஆட்களைக் கூட்டிக்கொண்டு அதி சீக்கிரமாக வந்தேன். நாங்கள் வந்த சமயமும் திருடர்கள் வந்த சமயமும் ஒத்துக்கொண்டபடியால் திருடர்கள் உங்களைக் கிட்டாதபடி அவர்களை அடித்துத் துரத்தி விட்டோம்."

நான் அவரைப் பார்த்து "என் தாய் தந்தையர் உங்களுக்குச் செய்த உபகாரம் எங்களுக்கு அரணாக மாறிவிட்டது. நீங்கள் சமயத்தில் வந்து எங்களை இரட்சிக்காவிட்டால் எங்களுடைய யாத்திரை பரலோக யாத்திரையாக முடிந்திருக்கும்.

'காலத்தி னாற்செய்த நன்றி சிறிதெனினும்
ஞாலத்தின் மானப் பெரிது.'

சமயத்தில் செய்த ஒரு சிறிய உதவி பூமியினும் பெரிதென்று திருவள்ளுவர் சொல்லுகிறார். அப்படியானால் நீங்கள் சமயத்தில் செய்த பேருதவிக்கு யாரை ஒப்பிடுவேன்?" என்று பலவகையாக என்னுடைய நன்றியறிதலை வெளிப்படுத்தினேன்.

இவ்வகையாகச் சில நாள் யாத்திரை செய்த பின்பு ஒரு நாள் எங்களுக்கு நேரே ஒரு நகரம் குறுக்கிட்டது. அது என்ன ஊரென்று விசாரிக்க, தேவராஜப் பிள்ளையினுடைய ஊராகிய ஆதியூரென்று கேள்விப்பட்டோம். உடனே எங்களுக்குப் பெரிய ஆச்சரியம் உண்டாகி ஒளியப் போனவன் தலையாரி வீட்டில் ஒளிந்ததுபோல், நாம் ஒருவரும் காணாதபடி தூரதேசத்துக்குப் போக உத்தேசித்துப் போகும்போது இந்த ஊர் வந்து குறுக்கிட்டதே! இந்த ஊருக்கு வருகிறதென்று நாம்

நினைக்கவில்லையே! நாம் இவ்வளவு சமீபத்தில் வந்தும் அவர்களைப் பார்க்காமல் போனால் பிற்பாடு அவர்களுக்கு உண்மை தெரியும்போது மனஸ்தாபப்படுவார்களே! இந்தத் தர்மசங்கடத்துக்கு என்ன செய்கிறதென்று நானும் ஞானாம்பாளும் வண்டியை நிறுத்தி ஆலோசித்துக் கொண்டிருக்கும்போது பாதையில் எங்களுக்கெதிரே நாலு குதிரைகள் கட்டின இரண்டு இரதங்கள் ஓடி வந்தன. முன்னே வந்த இரதத்தில் யார் இருக்கிறார்களென்று எட்டிப் பார்த்தேன். அதில் தேவராஜப் பிள்ளையும் அவருடைய மகன் கனகசபையும் இருந்தார்கள். அவர்கள் என்னைப் பார்த்தவுடனே இரதத்தை நிறுத்திக் கீழே குதித்து பலவாறாக உபசரித்தார்கள்.

மற்றொரு இரதத்திலிருந்து தேவராஜப் பிள்ளையின் பத்தினியும் அவருடைய தங்கையும் கீழே இறங்கி ஞானாம்பாளைத் தழுவிக் கொண்டு பல வகையான முகமன் கூறினார்கள். தேவராஜப் பிள்ளையும் கனகசபையும் ஞானாம்பாளை அந்த ஸ்திரீகள் வந்த இரதத்தில் ஏற்றுவித்து என்னைத் தங்களுடைய இரதத்தில் ஏற்றிக் கொண்டு ஊருக்குத் திரும்பினார்கள்.

அவருடைய அரண்மனை போய்ச்சேர்ந்தோம். அங்கே எங்களுக்கு நடந்த உபசாரங்களும் மரியாதைகளும் இப்படிப்பட்டவையென்று விவரிப்பது எளிதல்ல. தேவராஜப் பிள்ளையும் கனகசபையும் என்னைவிட்டு ஒரு நிமிஷமாவது பிரிகிறதில்லை. அவருடைய பத்தினியும் தங்கையும் தங்கை மகளும் ஞானாம்பாளை விட்டுச் சற்றும் பிரிகிறதில்லை.

நாங்கள் வந்து சேர்ந்த மறுதினமே எங்களுடைய சேம லாபங்களைக் குறித்து தேவராஜப் பிள்ளை என் தகப்பனாருக்குத் திருமுகங்கள் அனுப்பினார். காலம் போகப் போக எங்கள் தாய்

தந்தைகளை விட்டுப் பிரிந்த துக்கம் பெரிதாயிருந்தது. எங்கள் தந்தையர்களிடத்தில் எங்களுக்கிருந்த அற்ப மனஸ்தாபமும் நாளாவட்டத்தில் தீர்ந்து போய்விட்டது.

ஒருநாள் மாலைப்பொழுதில் நானும் தேவராஜப் பிள்ளையும் கனகசபையும் வேடிக்கையாக உரையாடிக் கொண்டிருந்தோம். அப்பொழுது என்னுடன் சத்திய புரியிலிருந்து வந்த வண்டிக்காரன் ஒருவன் வெளியேயிருந்து மேல்மூச்சுக் கீழ்மூச்சுடன் ஓடிவந்து உள்ளே நுழைந்து எங்களைப் பார்த்து "சந்தோச சமாசாரம்! சந்தோச சமாசாரம்!" என்று சொல்லிக் கொண்டு ஆனந்த நர்த்தனம் செய்தான். எங்களை நோக்கி "சத்தியபுரியிலிருந்து ஐயா, அம்மா எல்லாரும் வருகிறார்கள். நான் ஆற்றுக்குப் போனபோது அவர்களை வழியிலே கண்டு சந்தோச சமாசாரம் சொல்வதற்காக இரண்டு நாழிகை வழி தூரம் குடல் தெறிக்க ஓடி வந்தேன்," என்றான்.

பிறகு சற்று நேரத்துக்குள் அநேகம் வண்டிகள் பல்லக்குகள் முதலிய வாகனங்கள் வருகிற ஓசை கேட்டு நாங்கள் வெளியே ஓடினோம். என் தகப்பனாரும் சம்பந்தி முதலியாரும் இரண்டு குதிரைகள் பூண்ட இரதத்திலிருந்து கீழே இறங்கினார்கள். நான் என் தாய் தந்தையரைக் கண்டவுடனே பூமியில் விழுந்து சாஷ்டாங்கமாக நமஸ்காரம் செய்து அவர்களுடைய திருப்பாதங்களை என் கண்ணீரால் கழுவினேன். அவர்கள் ஒவ்வொருவரும் என்னைக் கட்டித் தழுவிக்கொண்டு நெட்டுயிர்ப்புடன் பொருமி அழுது அவர்களுடைய கண்ணீரால் என்னை குளிப்பாட்டினார்கள்.

"நான் இவனிடத்தும் ஞானாம்பாளிடத்தும் கடும் சொற்களைப் பிரயோகித்தபடியால் அவர்கள் எங்களைப் பிரியும்படி நேரிட்டது. என்னுடைய குற்றத்தை இப்போது நன்றாக

உணருகிறேன். இனி ஒருக்காலும் இவனையும் ஞானாம்பாளையும் நான் தூஷிக்கிறதில்லையென்றும் உங்கள் முன்பாக நான் பிரமாண பூர்வமாகச் சொல்லுகிறேன். இவனும் என்னை ஒருநாளும் பிரிகிறதில்லையென்று பிரமாணம் செய்ய வேண்டும்" என்றார் என் தகப்பனார். இந்த வார்த்தைகளைக் கேட்டவுடனே நான் மனம் உருக என் தகப்பனார் பாதத்தில் விழுந்து, "ஐயா! உங்களுக்குச் சொல்லாமல் நான் வெளிப்பட்டது என்மேலே குற்றமேயன்றி உங்கள்மேலே அணுவளவும் குற்றமில்லை. நீங்கள் எனக்குச் செய்த எண்ணிறந்த உபகாரங்களுக்குப் பிரதியாக என்னுடைய தேகத்தை உங்களுக்குச் செருப்பாய்த் தைத்துப் போட்டாலும் தகும்; இனி ஒரு நாளும் உங்களுடைய உத்தரவில்லாமல் உங்களைப் பிரிகிறதில்லையென்று நான் நிச்சயமாகச் சொல்லுகிறேன்," என்றேன். இந்தச் சமயத்தில் சம்பந்தி முதலியாரும் வந்து கலந்து கொண்டார். அவர் என்னை ஆலிங்கனம் செய்துகொண்டு நெடுநேரம் என்னை விடாமல் பொருமினார்.

பிறகு என் தகப்பனாரும் மாமனாரும் தேவராஜப் பிள்ளையை நோக்கி "ஐயா! எங்கள் பிள்ளைகள் உங்களிடத்தில் வந்து சேர்ந்திருக்கிற சமாசாரம் தெரிந்த பிறகுதான் எங்களுக்கு ஆறுதல் உண்டாயிற்று. அவர்களை நாங்கள் சீக்கிரத்தில் அழைத்துக்கொண்டு போகும்படி தாங்கள் உத்தரவு கொடுக்க வேண்டும். கனகசபைக்குக் கல்யாணம் நடக்கும்போது நாங்கள் திரும்பவும் வருகிறோம். அவனுடைய கல்யாணத்தை நிறைவேற்றாமல் ஏன் தாமதம் செய்கிறீர்கள்?" என்று வினவ தேவராஜப் பிள்ளை "பாளையப்பட்டுச் சம்பிரதாயப்படி கல்யாணத்துக்குக் கலெக்டர், ரெவின்யூ போர்ட் உத்தரவு பெறுவது வழக்கம். எப்படியும் சில தினத்துக்குள் உத்தரவு வருமென்று

நிச்சயமாக நம்பியிருக்கிறேன். அதுவரையும் தாங்களிருந்து கல்யாணத்தைச் சிறப்பிக்க வேண்டுமென்று பிரார்த்திக்கிறேன்," என்றார். அந்தப் பிரகாரம் என் தகப்பனாரும் மாமனாரும் சம்மதித்துப் பயணத்தை நிறுத்தினார்கள். அவர்களுக்கு நடந்த உபசாரங்களும் மரியாதைகளும் அரசர்களுக்குக்கூட நடவாது. போக பூமியில் வசிப்பவர்கள் போல நாங்கள் எங்களுடைய ஊரையும் வீடுகளையும் சுத்தமாய் மறந்துவிட்டோம்.

தேவராஜப்பிள்ளைக்குக் கனகசபை சொந்தப் பிள்ளை அல்லன் என்றும், பிள்ளையில்லா சொத்து எனில் பாளையப்பட்டு இங்கிலீஷ் கவர்ன்மெண்ட்டார் வசம் சேர்ந்துவிடும் என்பதால் தேவராஜப் பிள்ளை கனகசபையை தன் பிள்ளை என்று பொய் சொல்வதாகவும் எவனோ கடிதமெழுதிவிடுகிறான். பதில் தெரிவித்து, கவர்ன்மெண்டாருக்குத் தேவராஜப் பிள்ளை எழுதிய மனுவுக்கு எப்போது உத்தரவு வருமோவென்று நாங்கள் சதா எதிர்பார்த்துக் கொண்டிருந்தோம். ஒரு நாள் குதிரைத் தபால் வழியாகக் கவர்ன்மெண்டாருடைய உத்தரவு வந்து சேர்ந்தது. அதைத் தேவராஜப்பிள்ளை ஆவலாக வாங்கிப் பிரித்து வாசித்தார். அவருக்குக் கனகசபை சொந்தப் பிள்ளையா அல்லவாவென்று விசாரிக்கும்படி, மூன்று துரைமார்களை விசாரணைக் கர்த்தர்களாக நியமித்திருப்பதாகவும் அவர்கள் முன்பாக சாட்சி சாதனங்களுடன் போய்ச் சங்கதிகளைத் தெரிவித்துக் கொள்ளும்படியாகவும் அந்த விசாரணைக் கர்த்தர்களுடைய அபிப்பிராயப்படி தீர்மானம் செய்ய அவர்களுக்குப் பூரண அதிகாரம் கொடுத்திருப்பதாகவும் கவர்ன்மெண்டாருடைய உத்தரவினால் தெரியவந்தது. அதைப் பார்த்தவுடனே, இனிமேல் எப்படியும் நியாயம் கிடைக்குமென்று நாங்கள் எல்லாரும் ஆனந்தப்பட்டோம்.

பிரதாப முதலியார் சரித்திரம்

விசாரணைக் கர்த்தர்கள் தேவராஜப் பிள்ளையை முதலில் விசாரித்தார்கள். பிற்பாடு சந்நியாசியாரையும் கனகசபையையும் அவனை வளர்த்த தகப்பனாரையும் என்னையும் என் தகப்பனாரையும் சம்பந்தி முதலியாரையும் தனித்தனியே விசாரித்தார்கள். பிற்பாடு நாங்கள் அழைத்துப் போன பெரிய மனிதர்களையும், பின்னும் அந்த விசாரணைக் கர்த்தர்களுடைய இஷ்டப்படி வரவழைக்கப்பட்ட நூறு பிரபுக்களையும் விசாரித்தார்கள். அவர்கள் எல்லோரும் தேவராஜப் பிள்ளைக்கு சாதகமாக சாட்சி சொன்னார்கள்.

மூன்று விசாரணைக் கர்த்தர்களும் ஓர் அறைக்குள்ளே போய் ஆலோசிக்கத் தொடங்கினார்கள். அவர்கள் ஒருவருக்கொருவர் நெடுநேரம் கலந்துரையாடிவிட்டு பிற்பாடு வெளியே வந்து தீர்மானம் சொல்லத் தொடங்கினார்கள் : "இந்த விசயத்தில் நாங்கள் இருவரும் ஒரே அபிப்பிராயமாயிருக்கிறோம். ஒரு விசாரணை கர்த்தர் மட்டும் எங்கள் அபிப்பிராயத்துக்கு இசையவில்லை. அப்படியிருந்தாலும் அந்த ஒரு விசாரணைக் கர்த்தருடைய அபிப்பிராயத்தைப் பார்க்கிலும் இருவருடைய அபிப்பிராயம் விசேசமானதால் எங்களுடைய அபிப்பிராயத்தைச் சொல்லுகிறோம். இந்த விசயத்தில் சாட்சி சொன்ன ஒருவருடைய வார்த்தையையாவது நாம் நம்பவில்லை. எல்லோருமாய்க் கூடிப் பெரிய பொய்க்கோட்டை கட்டியிருக்கிறார்கள் என்பது சத்தியமே. சந்ததி இல்லாமல் பாளையத்தார் இறந்து போனால் பாளையப்பட்டு கவர்ன்மெண்டுக்குச் சேர்ந்துவிடுமென்று யோசித்து கவர்ன்மெண்டாரை மோசம் செய்வதற்காக இப்படிப்பட்ட அபாண்டமான பொய்யை உண்டுபண்ணி இருப்பதாக அபிப்பிராயப்படுகிறோம். பொய்ச் சத்தியம் செய்தவர்களுக்குத் தகுந்த சிட்சை செய்ய வேண்டியது முக்கியமாயிருக்கிறது.

ஆகையால், பாளையத்தார் உள்படச் சகல சாட்சிகளையும் அவர்களுடைய ஆயுசு பரியந்தம் தீவாந்தரத்துக்கு அனுப்புகிறதென்றும் அவர்களுடைய சொத்துகளையெல்லாம் பறிமுதல் செய்து கவர்ன்மெண்டாரைச் சேருகிறதென்றும் தீர்மானஞ் செய்திருக்கிறோம்" என்று சொல்லி, எங்களுக்குக் கைவிலங்கு கால் விலங்கு மாட்டிக் காவலில் வைக்கும்படி உத்தரவு செய்தார்கள்.

இந்தத் தீர்மானத்தைக் கேட்டவுடனே எங்கும் அழுகைக் குரலே தவிர வேறொரு சப்தமுமில்லை. தேவராஜப்பிள்ளை எழுந்து மற்றவர்களை நோக்கி, "ஐயையோ! உங்கள் எல்லோருக்கும் நான் ஒருவன் கூற்றுவனாயிருந்தேனே!" என்று சொல்லிக் கீழே விழுந்து புரண்டு புரண்டு அழுதார். அப்படியே ஒவ்வொருவரும் தங்களுடைய துயரத்தைச் சொல்லிப் பொருமினார்கள். அந்த இரண்டு பாவிகளாகிய விசாரணைக் கர்த்தர்களுடைய மனம் மட்டும் இரங்கவில்லை.

எங்களுடைய எல்லா ஸ்திரீகளும், பாளையத்தார் அரண்மனையில் வந்து கூட்டங்கூடி கீழே விழுந்து புரண்டு அழுதார்கள். அவர்களுடன் அழுது புலம்பிக்கொண்டிருந்த என் தாயார் திடீரென்று எழுந்து மற்ற ஸ்திரீ ஜனங்களைப் பார்த்து, "அழுது பிரயோசனமில்லை. அவர்கள் எல்லோரும் அகப்பட்டுக் கொண்டிருப்பதால் இனிமேல் நம்மைத் தவிர நம்முடைய புருசர்களுக்காகப் பிரயாசைப்படத்தக்கவர்கள் யார்? சென்னைப்பட்டணம் கவர்னர் அவர்கள் மகா நீதிமானென்று கேள்விப்பட்டிருக்கிறேன். அவருக்கு நாம் மனு அனுப்பினால் கிரமப்படி உத்தரவாகக் காலதாமதம் ஆகும். உத்தரவு வருகிறதற்கு முன் நம்முடைய நாயகர்களைக் கப்பல் வழியாய்த் தீவாந்தரம் அனுப்பிவிடுவார்கள். ஆகையால் இப்போதே நாம் எல்லோருமாய்க் கூடிச் சென்னைப் பட்டணம் போய் கவர்னர் அவர்கள் பாதத்தில்

விழுந்து நம்முடைய நாயகர்களுக்காக மன்றாடுவோம். இத்தனை ஸ்திரீகளுடையவும், பாலகர்களுடையவும் பிரார்த்தனை வீண் ஆகாதென்று நினைக்கிறேன். முயற்சி செய்வோம், புறப்படுங்கள்! புறப்படுங்கள்!" என்றார்கள். இதைக் கேட்டவுடனே எல்லாருக்கும் தைரியம் உண்டாகி என் தாயாரைப் புகழ்ந்து கொண்டாடினார்கள்.

எல்லாரும் சரியென்று ஒப்புக்கொண்டு பயணம் ஆரம்பித்தார்கள். தூய்மையான வஸ்திரங்களையும் முக்கியமான சில ஆபரணங்களையும் தரித்துக் கொண்டு அவர்களுடைய பிள்ளைகளுடனே வாகனங்களில் ஏறிக்கொண்டு சென்னை நகரம் போய்ச் சேர்ந்தார்கள். அந்த நகரத்திலும் மார்க்கங்களிலும் உள்ள அநேக பிரபுக்களுடைய வீட்டு ஸ்திரீகள் இந்த அதிசயத்தைக் கேள்விப்பட்டு அவர்களும் பின்தொடர்ந்தார்கள். எல்லாருங்கூடி ஐந்நூறு வாகனங்களுக்கு மேற்பட்டு கவர்னர் அவர்களுடைய அரண்மனைத் தோட்டத்தின் வெளி வாசலுக்கு முன்னே வந்து, நிறைந்து நின்றன. அப்போது தோட்டத்தில் உலாவிக் கொண்டிருந்த கவர்னர் அவர்கள் வாகனங்களின் சப்தத்தைக் கேட்டு அதிசயப்பட்டு என்னவென்று விசாரிக்க, எண்ணிக்கையில்லாத ஸ்திரீகள் அழுத கண்ணும் சிந்திய மூக்குமாய்த் தங்களுடைய குறையைக் கூற வந்திருக்கிறார்கள் என்று தெரிந்து கொண்டு, தம்முடைய சபாமண்டபத்துக்கு வரும்படி உத்தரவு கொடுத்தார். அந்தப் பிரகாரம் எல்லா ஸ்திரீகளும் வாகனத்தை விட்டு இறங்கி சபாமண்டபத்திலே பிரவேசித்தார்கள்.

அவர்கள் எல்லாரும் பிரபுக்கள் வீட்டு ஸ்திரீகள் என்று அவர்களுடைய முகவிலாசத்தால் கவர்னர் அவர்கள் அறிந்துகொண்டு, அவர்களை எல்லாம் ஆசனத்தில் உட்காரச் செய்து தாமும் தம்முடைய தேவியாரும் பீடத்தில் இருந்து கொண்டு "நீங்கள் உங்களுடைய துன்பத்தைத் தெரிவிக்கலாம்," என்று

இனிமையாக மொழிந்தார். வேறொருவரும் பேசத் துணியாமையினால் என் தாயார் எழுந்து நின்று கொண்டு முறையிட்டார்கள். இதைக் கேட்கும்போது கவர்னர் அவர்களுக்கும் அவருடைய தேவியாருக்கும் அடிக்கடிக் கண்ணீர் பெருகி கண்களைத் துடைத்துக்கொண்டார்கள்.

பிறகு கவர்னர் என் தாயாரையும் மற்ற ஸ்திரீகளையும் நோக்கி "இது பெரிய விஷயமானதால் நாம் உங்கள் ஊருக்கே வந்து விசாரித்து நியாயப்படி தீர்மானிக்கிறோம்; அதுவரையில் விசாரணைக் கர்த்தர்கள் செய்த தீர்மானத்தை நிறைவேற்றாமல் நிறுத்தி வைக்கும்படி இப்பொழுதே உத்தரவு அனுப்புவோம்; நீங்கள் ஊருக்குப் போகலாம்," என்று உத்தரவு கொடுத்தார். உடனே என் தாயார் முதலிய ஸ்திரீகள் புறப்பட்டு தங்கள் ஊரை அடைந்தார்கள். மறுநாளே கவர்னர் அவர்கள், அவருடைய பரிவாரங்களுடன் வேதபுரி என்னும் ஊருக்கு வந்து கூடாரங்களில் இருந்து கொண்டு பரிசீலனை பண்ணத் தொடங்கினார்.

பாளையத்தாரும் சாட்சிகளும் எழுதிவைத்த வாக்குமூலங்களையும் இரண்டு விசாரணைக் கர்த்தர்கள் செய்த தீர்மானத்தையும் அதற்கு விரோதமாய் மற்றொரு விசாரணைக் கர்த்தர் கொடுத்த அபிப்பிராயத்தையும் இன்னும் மற்ற லிகிதங்களையும் வாசித்துப் பார்த்து உண்மையைத் தெரிந்து கொண்டார். பாளையத்தார் தனக்குப் பிள்ளையில்லையென்று சிரெஸ்ததாருக்கு எழுதினதாகச் சொல்லப்பட்ட கடிதம் ஒன்றுதான் பாளையத்தார் கட்சிக்குக் கொஞ்சம் பாதகமாயிருந்தது.

பாளையத்தார் சிரெஸ்ததாருக்கு எழுதியிருந்த ஒரு வாஸ்தவமான கடிதத்தைக் கிழித்தெறிந்து விட்டு அது வைத்திருந்த உறைக்குள்ளே சிரெஸ்ததார் ஒரு பொய்யான கடிதத்தை எழுதி வைத்துக் கொண்டு மாறுபாடு செய்ததாக அநேக சாட்சிகளாலும்

அனுமானங்களாலும் ஸ்தாபிக்கப்பட்டபடியால் கவர்னர் அவர்களுக்கு உண்டாயிருந்த அற்ப சந்தேகமும் நிவர்த்தியாய்விட்டது. உடனே கவர்னர் அந்த இரண்டு விசாரணைக் கர்த்தர்களுடைய தீர்மானத்தை மாற்றிப் பாளையத்தார் கட்சியை ஸ்தாபித்து அவரும் நான் முதலான சாட்சிகளும் நிரபராதிகளென்று தீர்ப்பு வழங்கினார். அந்த இரண்டு விசாரணைக் கர்த்தர்களையும் கலெக்டரையும் உத்தியோகத்தை விட்டு நீக்கி அவர்கள் எங்களைத் தீவாந்தரம் அனுப்ப வைத்திருந்த கப்பலில் அவர்களையேற்றிச் சீமைக்கு அனுப்பிவிட்டார். அந்த சிரெஸ்ததார் பொய்க் கடிதத்தை உண்டுபண்ணி பாளையத்தார் முதலானவர்களுக்குப் பல துன்பங்களைச் செய்தபடியால் அவனை உத்தியோகத்தினின்று விலக்கி, அவன் எங்களுக்கு நியமித்திருந்த தீவாந்தரத்துக்கு அவனையே அனுப்பி அவனை தேசப்பிரஷ்டன் ஆக்கினார்.

பிறகு அவர் தேவராஜப் பிள்ளையை நோக்கி "உம்முடைய புத்திரன் கல்யாணத்தை இனி நீர் உடனே நிறைவேற்றச் செய்யலாம்," என்று உத்தரவு கொடுத்துவிட்டுச் சென்னை நகரத்துக்குப் போய்விட்டார். கவர்னர் போன பின்பு விடுதலையான எல்லாப் பிரபுக்களும், அவர்களுடைய குடும்பங்களும், ஆதியூரிலும் சுற்றுக் கிராமங்களிலும் வசிக்கிறவர்களும், சமுத்திரம் கரைபுரண்டு வருவதுபோல் கூட்டங் கூட்டமாய் தேவராஜப் பிள்ளை வீடே ஆலயமாகவும், அந்த ஆலயத்துக்கு என் தாயாரே தெய்வமாகவும் இருந்தால்போலச் சகலரும் என் தாயாரை வாழ்த்தி வணங்கினார்கள்.

கனகசபையின் கல்யாண விஷயத்தில் நேரிட்ட சகல தடைகளும் நீங்கிவிட்டதால், அந்தக் கல்யாணத்துக்கு வேண்டிய எல்லாம் செய்து அதுவும் நிறைவேறிற்று. நாங்கள் செய்ய வேண்டிய சீர் வரிசைகளெல்லாம் ஏராளமாகச் செய்தோம். கனகசபையின் திருமணம் முடிந்து சிலநாள் சென்ற பின்பு, என் தந்தையாரும்

மாமனாரும் ஊருக்குப்போக உத்தரவு கேட்டார்கள். கனகசபை எழுந்து என் தகப்பனார் பாதத்தில் விழுந்து "ஐயா! நீங்கள் இங்கே விஜயம் செய்த பிற்பாடு நான் இரண்டு ஆட்டில் ஊட்டின குட்டிபோல எவ்வளவோ மனமகிழ்ச்சியாயிருந்தேன். இப்போது நீங்கள் எல்லாரும் ஒருமிக்கப் போய்விட்டால் நான் எப்படிச் சகிப்பேன்? அண்ணனும் அண்ணியுமாவது இன்னும் சிலநாள் இவ்விடத்தில் இருக்கும்படி கூற வேண்டும். ஒரு மாசத்துக்குள் நாங்கள் எல்லாரும் சத்தியபுரிக்கு வந்து உங்களைக் கண்டுகொள்ளுகிறோம்," என்றான். தேவராஜப் பிள்ளையும் அவ்வாறே வேண்டிக் கொண்டபடியால் அவர்களுடைய பிரார்த்தனையை நிராகரிக்கமாட்டாமல், நானும் ஞானாம்பாளும் இன்னும் ஒரு மாசம் வரைக்கும் ஆதியூரில் இருக்கும்படி உத்தரவு கொடுத்து விட்டு, என் தாய், தகப்பனார், மாமனார், மாமியார் முதலானவர்கள் சத்தியபுரிக்குப் போய்விட்டார்கள்.

ஆதியூருக்கு வடக்கே இரு காத வழி தூரத்துக்கு அப்பால் காடுகளும் மலைகளும் இருந்தன. அவைகளில் யானை, புலி, கரடி முதலிய மிருகங்கள் பெருகி, அடுத்த கிராமங்களிலிருக்கிற ஜனங்களுக்கும் ஆடு மாடு முதலியவைகளுக்கும் சேதத்தை உண்டு பண்ணினபடியால், அந்த மிருகங்களை நாசம் செய்யும்படி வேட்டைக்காரர்களுக்கு உத்தரவு கொடுக்க வேண்டுமென்று, பல கிராமத்தார் வந்து தேவராஜப் பிள்ளையிடத்தில் முறையிட்டுக் கொண்டார்கள். உடனே அவர் வேட்டைக்காரர்களை அழைப்பித்து வேட்டையாடும்படி உத்தரவு கொடுத்தார். நானும் கனகசபையும் வேட்டையைப் பார்க்க விரும்பினமையால் தேவராஜப் பிள்ளை அவருடைய பெரிய பட்டத்து யானையைச் சிங்காரித்து வேட்டையாடுகிற கானகத்திலே கொண்டு போய்ச் சித்தமாய் வைத்திருக்கும்படி உத்தரவு செய்தார். நானும் கனகசபையும் குதிரைகளின்

மேலேறிக்கொண்டு கானகத்துக்குப் போனோம். என்னுடைய குதிரை, யானை நின்ற இடத்துக்கு முதலில் போய்விட்டதால் நான் குதிரையிலிருந்து யானைமேல் ஏறி, அம்பாரியில் உட்கார்ந்து கொண்டேன்.

திடீரென்று அந்த யானை ஓடத் தொடங்கியது. அந்த யானை ஓர் இடத்திலும் நில்லாமல் அல்லும் பகலுமாக அநேக நாள் ஓடின பிறகு, ஒரு பெரிய மலையருகில் வந்து சேர்ந்தது. யானை மலையோரத்தில் சென்று தாண்டித் தாண்டித் தன்மேலிருந்த அம்பாரியை மலைமேல் மோதி சுக்குசுக்காக உடைத்தது. அதிலிருந்து நான் வெளிப்பட்டு மலைமேலே தொத்திக் கொண்டேன்.

யானை பயத்தினால் நான் கீழே இறங்க முடியாமலும், மேலே போவதற்கு பாதை இல்லாமலும் திரிசங்கு சொர்க்கம் போலே அந்தரத்தில் அகப்பட்டுக் கொண்டேன். அந்த மலை செங்குத்தாயிராமல், சாய்வாகவும் கரடு முரடாகவும் இருந்தபடியால், நான் கொஞ்சம் கொஞ்சமாய் மேலே ஏற ஆரம்பித்தேன். நான் போகிற வழியிலுள்ள மரங்களில் என் பெயரை ஓர் ஆணியினால் வரைந்து கொண்டு போனேன். நான் மலை விருட்சங்களின் கனிகளையுண்டு பசிதீர்த்துக் கொண்டு மலைமேல் ஏற இரண்டு நாட்கள் சென்றன. நான் மலை முகட்டில் சேர்ந்த உடனே அந்தப் பக்கத்தில் இறங்குவதற்கு வழியிருக்கிறதா என்று ஆராய்ந்தேன். மலைக்கு வடப்புறத்தில் மனிதர்கள் ஏறும்படியாகவும் இறங்கும்படியாகவும் படிகள் வெட்டப்பட்டிருந்தன. அவற்றைப் பார்த்த உடனே எனக்குச் சந்தோசம் உண்டாகி அந்தப் படிகளின் வழியாக இறங்க ஆரம்பித்தேன். நான் ஒரு நாள் பகலும் இரவும் மெள்ள மெள்ள இறங்கி, மறுநாள் காலையில் அடிவாரத்தில் வந்து சேர்ந்தேன்.

விலங்கை விட்டுத் தொழுவில் மாட்டிக் கொண்டது போல், நான் மதயானைக்குத் தப்பிப் பிழைத்து, அங்கிருந்த கொடியர்களிடத்தில் அகப்பட்டுக் கொண்டு பட்ட பாடுகள் ஜன்ம ஜன்மத்துக்கும் போதும். தேவராஜப் பிள்ளைக்குச் சாட்சி சொன்னதற்காக விசாரணைக் கர்த்தர்கள் விதித்த தண்டனைக்குந் தப்பி, மதயானைக்குந் தப்பி, இந்தப் பாவிகளுடைய நகரிலே இறக்கவா வந்தோமென்று நினைத்து நினைத்து நெஞ்சம் புண்ணாகிக் கலங்கினேன். பிராணனை இழப்பது நிச்சயமாயிருந்தாலும், அந்த விபத்தைத் தடுக்கும் பொருட்டு என்ன உபாயம் செய்யலாமென்று ஆலோசித்து அதன்படி செய்தேன். தீர்க்கதரிசி போல் நடித்தேன். இயற்கையாய் நடந்த ஒரு நிகழ்ச்சியை என்னால்தான் அப்படி நடந்ததாக நம்பினார்கள். அப்படி என் பேச்சும் செயலும் அமைந்தன.

அரசன் இல்லாத அந்த மக்கள் இதனால் என்னை அளவுக்கதிகமாக புகழ்ந்த பிற்பாடு என்னைப் பார்த்து “சுவாமி! உங்களுடைய உத்தரவுப்படி நாங்கள் இன்றைய தினமே ஓர் அரசனைத் தெரிந்து கொள்ளப் போகிறோம். நாங்கள் தேவாலயத்துக்குப் போய்ப் பிரார்த்தனை செய்து கொண்டு, பட்டத்து யானையைச் சிங்காரித்து அதன் கையிலே பூமாலையைக் கொடுத்து அனுப்புவோம். அந்த யானை யார் கழுத்திலே பூமாலை போட்டுத் தன் முதுகின் மேலே தூக்கி வைத்துக் கொள்ளுகிறதோ, அவரை அரசனாக நாங்கள் அங்கீகரித்துக்கொள்வது வழக்கமாயிருக்கிறது. ஆகையால் அந்தப்படி செய்ய உத்தரவு கொடுக்க வேண்டும்,” என்று சொல்லிவிட்டுப் போய்விட்டார்கள்.

சூரியனைப் பிடித்த கிரகணம் நீங்கியும், என்னைப் பிடித்த பீடை நீங்காமையினால் நான் காவல் கூடத்திலேயிருந்தேன். அரசனை நியமிக்கிறதற்காகப் போன ஜனங்கள், உடனே தேவாலயத்திற்குச் சென்று பிரார்த்தனை செய்த பிறகு, பட்டத்து யானை கையிலே பூமாலையைக் கொடுத்துவிட்டதாகவும், அது ஒரு மகா புருசன் கழுத்திலே மாலையைப் போட்டுத் தன் முதுகின் மேலே தூக்கி வைத்துக் கொண்டதாகவும், அந்த மகா புருசனை ஜனங்கள் அரசனாகத் தெரிந்து கொண்டதாகவும், அன்றையதினம் மாலையில் நான் கேள்விப்பட்டுத் திருப்தி அடைந்தேன்.

இருட்டின பிறகு, சில சேவகர்கள் ஓடிவந்து "புதிதாக வந்திருக்கிற அரசர் அநேக வழக்குகள் விசாரணையாகாமல் வெகுகாலமாய்ப் பாக்கியிருக்கின்றன என்று கேள்விப்பட்டு உடனே எல்லாரையும் அழைத்துக் கொண்டு வரும்படி கட்டளையிட்டார்," என்று தெரிவித்தார்கள். உடனே நாங்கள் எல்லாரும் புறப்பட்டுக் கொலுமண்டபத்துக்குப் போனோம்.

அப்போது இராக்காலமாகவும் அநேக ஜனக்கூட்டமாகவும் இருந்தபடியால் அரசருடைய முகம் எனக்கு நன்றாகத் தெரியவில்லை. அவருடைய குரலும் நன்றாகக் கேட்கவில்லை. என் மேலே வந்த துர்வழக்குகளெல்லாம் எனக்கு அநுகூலமாக முடிந்தபடியால் நான் கரைகாணாத களிப்புக் கடலில் மூழ்கினேன். என்னுடைய வழக்குகள் முடிந்த பிற்பாடு பொழுது விடிகிறவரையில் எங்கேயாவது படுத்திருந்து, விடிந்தவுடனே அந்த ஊரைவிட்டுப் போய் விடுகிறதென்றும் நிச்சயித்துக்கொண்டேன்.

நான் கொலுமண்டபத்தை விட்டு வெளியே போக தயாராகையில், ஒரு சேவகன் ஓடிவந்து என்னைப் பார்த்து,

“ஐயா! இந்த ஊர், துஷ்டர்களுக்கு வாசஸ்தலமாயிருப்பதால், இந்த அர்த்த ராத்திரியில் நீங்கள் வெளியே போகாமல், கொலுமண்டபத்திலே படுத்துக் கொள்ளும்படி மகாராசா உத்தரவு செய்தார்கள்,” என்று சொல்லிப் போய்விட்டான். நான் படுத்துக் கொண்டேன். படுத்துச் சற்றுநேரத்திற்குப் பின்பு, ஞானாம்பாள் வந்து நிற்பது போலத் தோன்றிற்று. இந்த இடத்துக்கு, ஞானாம்பாள் எப்படி வரக்கூடும்? நாம் கனவு காண்கிறோமென்று நினைத்து மறுபடியும் கண்ணை மூடிக்கொண்டேன்.

அவள் தன்னுடைய இரண்டு கைகளாலும் என்னைப் பிடித்துத் தூக்கி உட்கார வைத்து, “ஐயோ! அத்தான்! இந்தப் பஞ்சைக் கோலத்துடன் தேவரீரைப் பார்க்க, நான் என்ன பாவம் செய்தேன்?” என்று சொல்லி அழுதாள். நான் கண்ணை விழித்து, “நீ யார்?” என்றேன். அவள், “என்னை இவ்வளவு சீக்கிரத்தில் மறந்து விட்டீர்களா? நான் ஞானாம்பாள் அல்லவா?” என்றாள். நான் அவளைப் பார்த்து, “நான் தூங்குகிறேனா? விழித்திருக்கிறேனா? என்று நிச்சயந் தெரியவில்லை. அந்த நிச்சயம் தெரியும் பொருட்டு, உன்னுடைய நகத்தினாலே என்னைக் கிள்ளு!” என்றேன். அவளை நான் முழுவதுமாக அங்கீகரிக்கவில்லை என்கிற கோபத்தினாலும், என்னுடைய நித்திரை மயக்கத்தைத் தெளிவிக்கவேண்டுமென்கிற எண்ணத்தினாலும், அவள் என்னைப் பலமாகக் கிள்ளி எனக்கு முத்தம் கொடுப்பதுபோல, என்னை வெடுக்கென்று பல்லாலே கடித்தாள். உடனே நான் திடுக்கென்று விழித்துக்கொண்டேன். எனக்கு நித்திரை மயக்கந் தெளிந்து, அவள் ஞானாம்பாளென்று நிச்சயமாகத் தெரிந்த உடனே அவளைக் கட்டிக் கொண்டு சிறுபிள்ளைபோல நெடுநேரங் கதறினேன். அவளும் என்னுடன் புலம்பின பிறகு என்னைப் பார்த்து “உங்களை இந்தக் கோலத்தோடு

நான் ஒருநாளும் பார்த்ததில்லை. உங்களைப் பார்க்கப் பார்க்க, என் வயிறு பற்றி எரிகின்றது. நீங்கள் ஊரை விட்டுப் புறப்பட்டது முதல், நடந்த சங்கதிகளையெல்லாம் தெரிவிக்க வேண்டும்," என்றாள்.

நான் வேட்டையைப் பார்க்க புறப்பட்டது முதல், நடந்த ஒவ்வொரு விசயத்தையும் தெரிவித்ததுந் தவிர, கடைசியாகப் புது அரசன் என்னை விடுதலை செய்த விவரத்தையும் சொல்லி, "அந்த அரசருக்குக் கடவுள் பூரண ஆயுசைக் கொடுக்க வேண்டும்; அவராலேதான் உன்னை நான் இப்பொழுது காணும்படியான பாக்கியம் கிடைத்தது," என்றேன். ஞானாம்பாள் என்னைப் பார்த்து, "உங்களை விடுதலை செய்த புது அரசன் நான்தான்," என்றாள். இதைக் கேட்டவுடனே நான் ஆச்சரியம் கொண்டு பிரமித்து நான் மறுபடி தூங்குகிறேனோ விழித்திருக்கிறேனோ வென்று என் கண்ணைத் தடவிப் பார்க்க ஆரம்பித்தேன். அவள் என்னைப் பார்த்து "உங்களுடைய புத்தியைச் சிதறவிட வேண்டாம். நான் சொல்வது வாஸ்தவந்தான்; எல்லாக் காரியங்களையும் சொல்லுகிறேன்; வாருங்கள்!" என்று சொல்லி, என் கையைப் பிடித்து அழைத்துக் கொண்டு அரண்மனைக்குப் போனாள்.

ஞானாம்பாள் என்னை ஓர் ஆசனத்திலிருத்தி அவளுடைய வரலாறுகளைச் சொல்லத் தொடங்கினாள். "நீங்கள் ஆதியூருக்குத் திரும்பி வராமையினால் தேவராஜப் பிள்ளையும் இன்னும் அநேகரும் உடனே புறப்பட்டுக் கானகத்துக்குப் போய்த் தேடியும் வேடர்களும் மற்றவர்களும் அந்தக் காட்டில் நுழையக் கூடாத இடங்களெல்லாம் நுழைந்து தேடியும் நீங்கள் அகப்படவில்லை. நான் சித்தம் கலங்கி பைத்தியம் பிடித்தவள் போல் புலம்பிக் கொண்டு திரிந்தேன்.

"ஒரு நாள் இராத்திரி நடுச்சாமத்தில் நான் சாளரத்தின் வழியாகப் பார்த்துக் கொண்டிருக்கும்போது அதிக தூரத்தில் ஒரு

கரியமேகம் நடந்துவருவதுபோல ஒரு யானையானது பாகனுமில்லாமல் அம்பாரி முதலிய அலங்காரமுமில்லாமல் வெறுமையாய் நடந்து வந்தது. அந்த யானை சமீபத்தில் வந்த உடனே நிலா வெளிச்சத்தில் உற்றுப் பார்த்தேன். அதுதான் உங்களை மோசம் செய்த பட்டத்து யானையென்று எனக்கு ஊகமாய் விளங்கிற்று.

"என்னுடைய கண்ணீர்த் துளிகள் அந்த யானையின் துதிக்கையை நனைத்துவிட்டன. உடனே அந்த யானையானது தன்னுடைய துதிக்கையை என்னுடைய இடுப்பிலே சுற்றி என்னை அதி மிருதுவாகத் தூக்கித் தன் முதுகின்மேலே வைத்துக் கொண்டு நடந்தது. யானை பலநாள் நடந்தபிறகு ஒரு பெரிய மலையடிவாரத்தில் வந்து சேர்ந்து அந்த மலையோரத்தில் அசையாமல் நின்றது. நான் அந்த மலையில் ஒரு பக்கத்தில் அம்பாரி உடைந்து கிடப்பதைக் கண்டு யானையை விட்டுத் தாண்டி, அந்த மலைமேலே தொற்றிக் கொண்டேன். அந்த அம்பாரி கிடந்த இடத்துக்குக் கொஞ்ச தூரத்தில் சில வஸ்திரங்கள் கிடந்தன. அவற்றை ஒரு நீளக்கழியினால் இழுத்து என் கையிலே எடுத்துப் பார்க்க அவை உங்களுடைய சட்டையாகவும் முண்டாசாகவுமிருந்தபடியால் எனக்கு உண்டான துன்பம் இவ்வளவென்று சொல்ல முடியாதது.

"மலைமேல் ஏறும்பொழுது உங்களுடைய பெயர் எழுதப்பட்டிருந்த மரங்களையும் பார்வையிட்டேன். அந்த மரங்களையே வழிகாட்டியாக வைத்துக்கொண்டு நடந்து மலையின் உச்சியில் வந்து சேர்ந்தேன். அந்த மலைக்கு வடப்புறத்தில் வெட்டப்பட்டிருந்த படிகளைக் கண்ட உடனே அவற்றின் வழியாக நீங்கள் இறங்கிப் போயிருக்கலாமென்று நிச்சயித்துக் கொண்டேன். ஆனால் பெண் வடிவாய்ப் போகிறது

எப்போதும் ஆபத்தை விளைவிக்குமானதால் ஆண் வேடம் தரித்துக்கொண்டு போவது உத்தமமென்று நினைத்து, ஆண் வேடம் தரித்துக்கொண்டு படி வழியாக இறங்கி அடிவாரத்திற்கு வந்து சேர்ந்தேன்.

"நான் வந்து சேர்ந்தபோது பட்டணத்து ஜனங்களெல்லோரும் மலையடிவாரத்தில் ஏகமாய்க் கூட்டம் கூடியிருந்தார்கள். அவர்களால் விடப்பட்ட ஒரு யானையானது என்னிடத்தில் வந்து என் கழுத்திலே பூமாலையைப் போட்டு என்னைத் தூக்கித் தன் முதுகின் மேலே வைத்துக்கொண்டது. உடனே ஜனங்கள் எல்லோரும் என்னை நோக்கி "மகாராசாவே! சக்கரவர்த்தியே!! நீங்கள் தீர்க்காயுசாயிருக்க வேண்டும். நாங்கள் ஒரு ராஜாவை நியமிக்க வேண்டியதற்காக யானையின் கையில் பூமாலையைக் கொடுத்து அனுப்பினோம். அது உங்களுடைய கழுத்திலே மாலையைப் போட்டபடியால், இனி நீங்கள்தான் எங்களுக்கு மகாராஜா. நாங்கள் உங்களுக்குப் பிரஜைகள். நீங்கள் எங்களுக்குப் பிதா, நாங்கள் உங்களுக்குப் பிள்ளைகள்!" என்று சொல்லி பூமியில் சாஷ்டாங்கமாக விழுந்து என்னை நமஸ்கரித்தார்கள்.

"நான் அரசனாயிருந்தால் நீங்கள் இருக்கிற இடத்தை சுலபமாகக் கண்டு பிடிக்கலாமென்கிற நம்பிக்கையால் நான் ராஜாங்கம் வேண்டாமென்று சொல்லாமல் சும்மாயிருந்துவிட்டேன். உடனே அவர்கள் பட்டணப் பிரவேசம் செய்வித்து அரண்மனைக்குக் கொண்டுபோய் மகுடம் சூட்டினார்கள்.

"இந்த ஊரில் என்ன விசேசமென்றும், யாராவது அந்நியர்கள் வந்திருக்கிறார்களாவென்றும், நான் பொதுவாக வேவுகாரர்களை விசாரித்தபோது, அவர்கள் "ஓர் அந்நிய

தேசத்தார் வந்திருக்கிறார். அவர்மேலே பல துர்வழக்குகள் வந்திருக்கின்றன. அவர் பொழுதை விடியச் சொன்னால் விடிகின்றது. விடிய வேண்டாமென்றால் விடிகிறதில்லை," என்றார்கள். அவர்கள் சொன்ன அந்த அடையாளங்களைக் கொண்டு நீங்கள்தானென்று நிச்சயித்துக் கொண்டு உடனே உங்களையும் மற்றவர்களையும் விசாரணைக்குக் கொண்டுவரும்படி உத்தரவு செய்தேன். நீங்களிருந்த கோலத்தை நான் நியாயசபையில் பார்த்தபோது என் பிராணன் துடித்துப் போய்விட்டது. நான் மெய்மறந்து சிங்காசனத்தைவிட்டுக் கீழே விழும்படியான நிலையில் இருந்தேன். ஆயினும் பூண்ட வேடத்தைச் சரியாக நிறைவேற்ற வேண்டுமென்கிற எண்ணத்துடன் மனத்திடம் செய்து கொண்டு உங்கள்மேல் வந்த வழக்குகளை விசாரித்தேன். அந்த விசாரணை முடிந்த பிறகு நீங்கள் கொலுமண்டபத்தை விட்டு அப்பால் போக வேண்டாமென்று ஒரு சேவகன் மூலமாக நான்தான் உங்களுக்குச் சொல்லியனுப்பினேன்" என்றாள். இந்த வரலாறுகளையெல்லாம் கேட்ட உடனே எனக்கு உண்டான ஆச்சரியம் அளவுகடந்து போய்விட்டது.

ஞானாம்பாள் என்னைப் பார்த்து, "நீங்கள் இருக்குமிடத்தைத் தேடிக் கண்டுபிடிப்பதற்குச் சாதகமாயிருக்குமென்று நினைத்தே நான் இந்த அரசப் பதவியை ஏற்றுக் கொண்டேன். இப்போது என்னுடைய எண்ணம் நிறைவேறி உங்களைக் காணும்படியான பெரும்பேறு கிடைத்து விட்டதால் இனி நமக்கு இந்த அரசப் பதவி வேண்டாம். எனக்கு நீங்களே எசமான். நான் உங்களுடைய ஊழியக்காரி. நான் உங்களுடைய ஊழியத்தை விட்டுவிட்டு அரசப் பதவி வகிப்பது முறையல்ல. அன்றியும் அரசாட்சி செய்யத் தகுந்த

யோக்கியதையும் என்னிடத்தில் இல்லை. ஆகையால் ஒருவருக்கும் தெரியாமல் நாம் இந்த ஊரை விட்டுப் போய்விடுவதே உத்தமம்," என்றாள்.

நான் அவளைப் பார்த்து, "இந்த ஊர் சில காலமாக அரசனில்லாமல் இருப்பதால், துஷ்டர்கள் அதிகரித்து சாதுக்களெல்லாரும் ஆலையில் அகப்பட்ட கரும்புபோலத் துன்பப்படுகிறார்கள். இதை நாம் தெரிந்திருந்தும் அந்தச் சாதுக்களைக் கைவிட்டுப்போவது தர்மமா? அன்றியும் நீ மகாராணியாயிருப்பதும் உனக்கு நான் கணவனாயிருப்பதும் எனக்கு எவ்வளவோ மேன்மை. அந்த மேன்மையை இழந்துவிட எனக்குச் சம்மதியில்லை," என்றேன். அதற்கு ஞானாம்பாள் சொல்லுகிறாள் : "அரசப் பதவி வகிப்பது உங்களுக்குப் பிரியமாயிருக்கிறபடியால் உங்களுடைய சித்தப்பிரகாரம் நடக்கக் காத்திருக்கிறேன். பெரிய மலையைத் தூக்கித் தலைமேல் வைத்துக் கொண்டபடியால், அதை நான் தாங்கும்படி நீங்களும் எனக்கு உதவி செய்ய வேண்டும்,"

நானும் ஞானாம்பாளும் ஒருவரையொருவர் சந்தித்த சந்தோசத்தினால் நேரம் போவது கூடத் தெரியாமல் உரையாடிக் கொண்டிருக்கும்போது உதயபேரிகை முதலிய வாத்தியங்கள் முழங்கினபடியால் விடியற்காலம் ஆகிவிட்டதென்று தெரிந்துகொண்டோம். உடனே ஞானாம்பாள் எழுந்து ஓர் அறைக்குள்ளே போய்ப் பெண் ரூபத்தை மாற்றிப் ஆண் வேடம் தரித்துக் கொண்டு என் முன்பாக வந்தாள்.

நான் ஞானாம்பாளைப் பார்த்து, "நீ மகாராஜாவாக இருப்பதால் உன்னோடு நான் சமமாக இருப்பதைப் பார்க்கிறவர்கள் விபரீதமாக எண்ணிக் கொள்வார்கள். நான்

இன்னானென்று உண்மையைத் தெரிவிப்பதும் கூடாத காரியமாயிருக்கின்றது. நீயும் பொய் சொல்லமாட்டாய். இந்தச் சங்கடங்களையெல்லாம் யோசிக்கும்போது நான் ஓர் இடத்தில் தனிமையிலிருப்பது உத்தமமென்று நினைக்கிறேன்," என்றேன். அவள் என்னைப் பார்த்து, "மதயானை ஏறியும் திட்டிவாசலில் நுழைவதுபோல, நமக்கு ராஜபட்டம் கிடைத்தும் நாம் ஒருவருக்குப் பயப்பட வேண்டுமா? உங்களை மேலான இடத்தில் வைத்து, நான் கைகட்டிச் சேவிக்காமல் இந்த அரசின் நிமித்தம் உங்களை எனக்குச் சமானமாக வைத்துக் கொள்ளும்படி நேரிட்டிருப்பது எனக்கு எவ்வளவோ கவலையாயிருக்கிறது. நீங்கள் அதைக்கூட மக்கள் வித்தியாசமாய் நினைப்பார்களென்று சொல்லுகிறீர்கள். மக்கள் எப்படி வேண்டுமானாலும் எண்ணிக் கொள்ளட்டும். நான் இனிமேல் உங்களை ஒரு நிமிடம் கூடப் பிரிகிறதில்லை என்று உறுதி செய்து கொண்டிருக்கிறேன். நான் இதற்குமுன் உங்களைப் பிரிந்து பட்ட துன்பம் போதாதா? இன்னமும் பிரிய வேண்டுமா? நீங்கள் இன்னாரென்று மற்றவர்களுக்கு உண்மையைத் தெரிவிப்பது அசாத்தியமாயிருந்தாலும் நான் பொய்யும் சொல்லாமல் தக்கபடி சொல்லிச் சமாளித்துக்கொள்வேன்," என்றாள்.

நான் இராஜாவோடுகூடச் சமானமாயிருப்பதைப் பார்த்தவர்கள் எல்லாம் ஆச்சரியம் அடைந்து என் முகத்தை வெறிக்க வெறிக்கப் பார்த்தார்கள். உடனே ஞானாம்பாள் அவர்களை நோக்கிச் சொல்லுகிறாள்: "என்னோடு கூட ஆசனத்திலிருப்பவர் என்னுடைய அத்தை குமாரர். அவரும் நானும் ஒரே இடத்தில் பிறந்து ஒரே இடத்தில் வளர்ந்து ஒரே இடத்திற் கல்வி கற்று ஒரே இடத்தில் வாழ்ந்தோம். எனக்குப் பிராணன் அவர்தான்.

அவருக்குப் பிராணன் நான்தான். எனக்கு அவரே பிரியர். அவரே அன்பர். இளமைப் பருவம் முதல் எனக்கு அவரே காவலர். அவரே துணைவர். என்னை ஒருநாளும் பிரியாதவர் பிரிந்து வெளிப்பட்டு வந்துவிட்டதால் அவரைத் தேடிக்கொண்டு வந்த இடத்தில் எனக்கு அரசப் பதவி கிடைத்தது. அவருடைய திறமையை நீங்களும் அறிவீர்கள். பொழுது விடியாதபடி முதலில் பாடி பிறகு பொழுது விடியும்படியாகப் பாடினவர் இவர்தாம்!'' என்றாள். இதைக் கேட்டவுடனே மந்திரி பிரதானிகள் எல்லோரும் "ஆம்! ஆம்! இவர் மகா புண்ணியாத்மா. இவரை அரசராக நியமிக்க வேண்டுமென்பது அநேகருடைய கருத்தாயிருந்தது. இவர் மகாராஜாவுக்குச் சமீப பந்துவாயிருந்தது எங்களுக்குப் பரம சந்தோசம்,'' என்றார்கள்.

உடனே ஞானாம்பாள் அவர்களை நோக்கி "இவரை அரசராகத் தெரிந்துகொள்ள அநேகர் தீர்மானித்ததாக நீங்கள் சொல்லுகிறபடியால் இவரை உபராஜாவாக வைத்துக் கொண்டு அரசாள வேண்டுமென்பது என்னுடைய விருப்பமாயிருக்கிறது. இதற்கு நீங்கள் என்ன சொல்லுகிறீர்கள்?'' என்றாள். உடனே அவர்கள் "இவருடைய மகிமையை நாங்கள் நேரிடையாக அறிந்திருக்கிறோமாதலால் அவர் உங்களுக்கு உபராஜாவாயிருக்க எங்களுக்குச் சம்மதந்தான். நீங்களிருவரும் திடகாத்திரராய் நெடுங்காலம் அரசாளும்படி கடவுள் அருள்பாலிப்பார்,'' என்று சொல்லி உத்தரவு பெற்றுக்கொண்டு போய்விட்டார்கள்.

மகாராஜாவாகிய ஞானாம்பாளும், உபராஜாவாகிய நானும் சிங்காசனம் ஏறி அரசாளத் தொடங்கினோம். செங்கோல் கோணாமலும் மும்மாரி பெய்யவும் முப்போகம் விளையவும் ஆறில் ஒரு பங்கு வாங்கி அரசாட்சி செய்தோம். இராஜா - பிரஜைகளுக்குச் செய்ய வேண்டிய அனுகூலங்களையெல்லாம் குறைவறச் செய்தோம். தேவாலயம், தர்மசத்திரம், பாடசாலை, வைத்தியசாலை,

பல தொழிற்சாலை முதலியவைகளில் பழமையாய் இருந்தவைகளை எல்லாம் புதுப்பித்தோம். பழைய இராஜாங்கத்தில் உத்தியோக நியமன விசயத்தில் நடந்திருந்த அக்கிரமங்களையெல்லாம் நாங்கள் திருத்திச் சீர்படுத்தினோம்.

ஜனங்களுடைய நன்மைக்கு விரோதமாக உத்தியோகஸ்தர்களுக்கு அபரிமிதமான சம்பளங்களை ஏற்படுத்தி அந்தச் சம்பளங்களைக் கொடுப்பதற்காகவே, நிலவரி, வீட்டுவரி முதலிய நியாயமான வரிகளைத் தவிர காற்றுவரி, மழைவரி, தீபவரி, கால்நடைவரி, மார்க்கவரி, கல்யாணவரி, துக்கவரி, ஜனனவரி, மரண வரி, மலஜலவரி முதலிய பல அநியாய வரிகளை ஏற்படுத்தியிருந்தார்கள். நாங்கள் நிலவரி, வீட்டு வரி முதலிய நியாயமான வரிகளை வைத்துக் கொண்டு மற்ற வரிகளையெல்லாம் நீக்கிவிட்டோம்.

குற்றம் ருசுவாகிற வரையில் ஒவ்வொருவனும் மாசற்றவனென்று ஊகிக்க வேண்டுமென்கிற விதியையும், சந்தேகத்தின் பிரயோசனத்தைக் குற்றவாளிக்குக் கொடுக்க வேண்டுமென்கிற விதியையும் நியாயாதிபதிகள் தப்பாமல் அனுசரிக்க வேண்டுமென்றும், தண்டனையான குற்றவாளி அப்பீல் செய்கிற பட்சத்தில் அப்பீல் முடிவாகிற வரையில் தண்டனையை நிறைவேற்றாமல் நிறுத்தி வைக்க வேண்டுமென்றும் கட்டளையிட்டோம். குற்றவாளிகளைச் சாட்டை முதலிய கருவிகளால் அடிக்கும்படி விதிக்கப்படுகிற தண்டனையானது எங்களுடைய இராஜ்ஜியத்தில் இல்லாதபடி நீக்கிவிட்டோம்.

விக்கிரமபுரி சிலகாலம் குடியரசாயிருந்த நிமித்தம், அநேக ஜனங்கள் இராஜபக்தியென்பதையே சுத்தமாய் மறந்துவிட்டார்கள். இராஜாவாயிருக்கிற நாங்களே

இராஜபக்தியை உபதேசிப்பது சரியல்லவென்று நினைத்து, சில விவேகிகளை ஏவி ஜனங்களுக்குப் போதிக்கும்படி செய்வித்தோம். அந்நியர்களுடைய தூற்றுதல்களையாவது கவனிக்காமல் எங்களுக்கு நியாயமாகத் தோன்றின காரியங்களை ஊக்கமாகச் செய்துமுடித்தோம்.

ஞானாம்பாள் வக்கீல்களுக்கு நியாய போதம் செய்தபிறகு மறுபடியும் அவர்களைப் பார்த்து, "இங்கிலீஷ் அரசாட்சியில் நியமிக்கப்பட்டிருக்கிற தமிழ் கோர்ட்டுகளில், சில தமிழ் நியாயவாதிகள் தமிழில் வாதிக்காமல் இங்கிலீஷில் வாதிக்கிறார்களென்று கேள்விப்படுகிறோம். தேச மொழியும் தமிழ்! கோர்ட்டில் வழங்கா நின்ற மொழியும் தமிழ்! நியாயாதிபதியும் தமிழர்! வாதிக்கிற வக்கீலும் தமிழர்! மற்ற வக்கீல்கள் கட்சிக்காரர் முதலானவர்களும் தமிழர்களே! இப்படியாக எல்லாம் தமிழ் மயமாயிருக்க, அந்த வக்கீல்கள் யாருக்காக இங்கிலீஷில் வாதிக்கிறார்களோ தெரியவில்லை! அப்படி வாதிக்கிறதினால் அவர்களுக்குத்தான் என்ன பயன்? மற்றவர்களுக்குத்தான் என்ன பாக்கியம்? நியாயாதிபதியாவது அல்லது வக்கீலாவது இங்கிலீஷ்காரராயிருக்கிற பட்சத்தில், இங்கிலீஷில் வாதிப்பது நியாயமாயிருக்கலாம்.

"தமிழ் நியாயாதிபதி முன்பாகத் தமிழ் வக்கீல் இங்கிலீசில் வாதிப்பது ஆச்சரியமல்லவா? ஜனங்களுக்கு இங்கிலீஷ் தெரியாதாகையால் ஐரோப்பியர்கள் கூட இந்தத் தேச மொழியில் பரீட்சை கொடுக்க வேண்டுமென்றும் சட்டம் ஏற்பட்டிருக்கிறது. அவர்கள் அந்தப்படி பரீட்சை கொடுத்து வருவதுமன்றிக் கட்சிக்காரர்களிடத்தில் தேச மொழியில் உரையாடப் பிரியப்படுகிறார்கள். அப்படியிருக்க, சுதேசிகளான வக்கீல்கள் சொந்த மொழியைத் தள்ளிவிட்டு அந்நிய மொழியில் வாதிப்பது சரியாகவா உள்ளது? தங்களுக்குத் தமிழில் நன்றாகப் பேசத்

தெரியாமையினால் இங்கிலீஷில் வாதிப்பதாகத் தங்களுக்குக் கௌரவம் போலச் சொல்லிக் கொள்ளுகிறார்கள். தாய்மொழி பேசத் தெரியாமலிருப்பதுபோல இழிவான காரியம் வேறொன்றிருக்கக் கூடுமா? ஓர் ஐரோப்பியர் தம்முடைய தாய்மொழியில் தமக்குப் பேசத் தெரியாதென்று சொன்னால் இந்த வக்கீல்களே அவரைப் பழிக்கமாட்டார்களா? அப்படியே தங்களுடைய தாய்மொழியில் தங்களுக்கு வாதிக்கத் தெரியாதென்று சொல்வது அவர்களுக்கு அவமானம் அல்லவா?"

"எண்ணிறந்த தேவாலயங்களும், பிரமாலயங்களும் அன்ன சத்திரங்களும், நீர்வளமும், நிலவளமும், நாகரிகமும் ஆசார நியமங்களும் நிறைந்த இந்தத் தமிழ்நாடு, மற்றைய நாடுகளிலும் விசேசமென்றும், அப்படியே தமிழ் மொழியும் பழமையான மொழியென்று சகலரும் அங்கீகரிக்கிறார்கள். சங்கப் புலவர்களுடைய நாவிலே சஞ்சரித்து, வித்வான்களுடைய வாக்கிலே விளையாடி, திராவிட தேசம் முழுதும் ஏக சக்ராதிபத்தியம் செலுத்தி வந்த தமிழ் அரசியை இப்போது இகழலாமா? நம்மைப் பெற்றதும் தமிழ், வளர்த்ததும் தமிழ், நம்மைத் தாலாட்டித் தூங்க வைத்ததும் தமிழ், நம்முடைய மழலைச் சொல்லால் நமது தாய் தந்தையரைச் சந்தோஷிப்பதும் தமிழ். நாம் குழந்தைப் பருவத்தில் பேச ஆரம்பித்தபோது முதலில் உச்சரித்ததும் தமிழ். நம்முடைய அன்னையும் தந்தையும் நமக்குப் பாலோடு புகட்டினதும் தமிழ். தாய், தந்தை, குரு முதலானவர்கள் நமக்கு ஆதியில் உபதேசித்ததும் தமிழ். ஆதிகாலம் முதல் நம்முடைய முன்னோர்களெல்லோரும் பேசின மொழியும் எழுதி வைத்த மொழியும் தமிழ். இப்போது நம்முடைய மாதா பிதா, உற்றார் உறவினர்களும், நண்பர்களும் இதரர்களும் பேசுகிற மொழியும் தமிழ்.

"நம்முடைய வீட்டு மொழியும் தமிழ். நாட்டு மொழியும் தமிழ். இப்படிப்பட்ட அருமையான மொழியை விட்டுவிட்டுச் சமஸ்கிருதம், லத்தீன் முதலிய அந்நிய மொழிகளைப் படிக்கிறவர்கள், சுற்றத்தார்களை விட்டுவிட்டு அந்நியர்களிடத்தில் நேசம் செய்கிறவர்களுக்குச் சமானமாயிருக்கிறார்கள். ஆபத்துக் காலத்தில் சுற்றத்தார் உதவுவார்களேயல்லாது அந்நியர்கள் எப்படி உதவமாட்டார்களோ அப்படியே எந்தக் காலத்திலும் நமக்குத் தாய்மொழி உதவுமேயல்லாமல், அந்நிய மொழிகள் உதவுமா ?" என்றாள். லத்தீனுக்கும் சமஸ்கிருதத்துக்கும் சொந்தக்காரர்கள் இல்லாமையால் அவைகள் இறந்துபோன மொழிகளாயும் தமிழ் முதலிய தேச மொழி வாழ்கின்ற மொழிகளாயும் இருக்கின்றன.

"ஒரு மொழிக்குச் சொந்தக்காரர்களே இல்லாம லிருப்பார்களானால், அந்த மொழியை நாம் படித்து யாரிடத்திலே உரையாடப் போகிறோம்! சமஸ்கிருதம், லத்தீன் முதலிய மொழிகள் அதிகக் கடினமும் வருத்தமுமான மொழிகளாயும் சீக்கிரத்தில் மறந்துபோகத் தக்கவைகளாயும் இருக்கின்றன. அவைகளின் இலக்கணம், இலக்கியம், தர்க்கம் முதலிய பல பிரிவுகளில் ஒவ்வொரு பிரிவைப் படிப்பதற்கு ஒரு பிறவி போதாதென்று, அந்த மொழிகளை உணர்ந்தவர்கள் சொல்லுகிறார்கள். உரையாடல்களுக்கும் உலக வியாபாரங்களுக்கும் உபயோகமில்லாத அந்த மொழிகளை அவ்வளவு பிரயாசைப்பட்டுப் படித்தும் பிரயோஜனமென்ன ?

"சிலர் தமிழ் மொழி தெரியாமலிருப்பது தங்களுக்குக் கௌரவமாகவும் அந்த மொழியை அறிந்திருப்பது தங்களுக்கு அகௌரவமாகவும் எண்ணுகிறார்கள். அவர்கள் தமிழ் மொழியைப் பேசினாலும் முக்கால் பங்கு இங்கிலீஷும் கால்பங்கு தமிழுமாகக் கலந்து பேசுவார்கள். அவர்களுக்கு நாட்டுப்பற்றும் இல்லை. மொழிப்பற்றும் இல்லை. திருவள்ளுவருடைய குறளை அவர்கள்

ஆயுளிலும் பார்த்திருப்பார்களா? கம்பருடைய கற்பனையைக் கனவிலும் கேட்டிருப்பார்களா? நாலடியார் செய்தவர்களுடைய காலடியையாவது கண்டிருப்பார்களா? ஔவையாருடைய நீதி நூலைச் செவ்வையாக அறிவார்களா? அதிவீரராம பாண்டியனை அணுவளவும் அறிவார்களா? இன்னும் எண்ணிக்கையில்லாத தமிழ்ப்புலவர்களுடைய பிரபந்தங்களை இவர்கள் எக்காலத்திலும் பார்த்திரார்கள்.

“தமிழ் படிக்காதவர்கள் தமிழ் நாட்டில் வசிக்க யோக்கியர்கள் அல்லர். அவர்கள் எந்த ஊர் மொழிகளைப் படிக்கிறார்களோ, அந்த ஊரே அவர்களுக்குத் தகுந்த இடமாகையால் தாய்மொழியைப் படிக்காமல் இங்கிலீஷ் மட்டும் படிக்கிறவர்களை இங்கிலீஷ் தேசத்துக்கு அனுப்பிவிடுவோம். பிரான்சு மட்டும் படிக்கிறவர்களை பாரீசுப் பட்டணத்துக்கு அனுப்புவோம். லத்தீனுக்கும், சமஸ்கிருதத்துக்கும் சொந்த ஊர் இல்லாதபடியால் அந்த மொழிகளைப் படிக்கிறவர்களை பெயர் தெரியாத தீவுக்கு அனுப்புவோம்!” என்றாள்.

விக்கிரமபுரியில், முந்தின இராஜாவால் நியமிக்கப்பட்ட ஓர் அதிகாரி, பரம துஷ்டனாய் இருந்தான். “அற்பனுக்கு வாழ்வு வந்தால் அர்த்தராத்திரியில் குடை பிடிப்பான்” என்கிற பழமொழிப்படி அவனுக்கு அதிகாரம் கிடைத்தவுடனே தன்னுடைய பூர்வ நிலையைச் சுத்தமாய் மறந்து தன்னை ஓர் அவதாரப் புருசன் போல எண்ணிக் கொண்டான். அந்த அதிகாரியை ஒருநாள் அழைப்பித்துத் தனிமையாக வைத்துக் கொண்டு அவனுக்குப் புத்தி சொன்னேன்.

விக்கிரமபுரி குடியரசாவதற்கு முந்தி அதை ஆண்டுவந்த அரசனுக்குப் ஆண் வாரிசு இல்லையென்பதை முன்னமே

தெரிவித்திருக்கிறேன். அவருக்கு அதிரூப சௌந்தரியமான ஒரு பெண் குழந்தைமட்டும் இருந்தது. அந்தப் பெண் பெயர் ஆனந்தவல்லி. அந்தக் குழந்தை மிகச் சிறிய வயதாயிருக்கும்போது தாயும் தகப்பனும் இறந்து போய்விட்டதால் பாட்டியாருடைய கையிலே வளர்ந்தது. ஞானாம்பாளுக்குப் பட்டாபிசேகமான பிறகு அந்தக் குழந்தையைத் தன் குழந்தைபோல் பாவித்து மிகுந்த அன்போடும் கரிசனத்தோடும் ஆதரித்து வந்தாள். தகுந்த உபாத்தியாயர்களைக் கொண்டு வித்தியாப்பியாசம் செய்வித்ததுமின்றி தன்னால் கூடியபோது அந்தப் பெண்ணுக்குச் சன்மார்க்கங்களையும் இராஜநீதிகளையும் ஞானாம்பாள் போதித்து வந்தாள்.

"ஒரு நாள் ஞானாம்பாள் இந்த ஊரை முன்பு ஆண்ட இராஜாவின் புத்திரியாகிய ஆனந்தவல்லி கூடியவரையில் கல்வி கற்று குணசாலியாகவும் பட்டத்துக்கு யோக்கியமாயும் இருப்பதால், அவளுக்குப் பட்டாபிசேகம் செய்வித்து நாம் நம்முடைய ஊருக்குப் போவது நன்மையென்று நினைக்கிறேன்!" என்றாள். நான் ஞானாம்பாளைப் பார்த்து, "உன்னுடைய இஷ்டப்படி நடக்க என்னால் தடையில்லை. ஆனால் அந்த மக்கள் அந்த இராஜபுத்திரிக்கு மகுடம் சூட்டச் சம்மதிப்பார்களோ, சம்மதியார்களோ தெரியவில்லை. அன்றியும் இந்த நாடு மலைகளாலும் சமுத்திரங்களாலும் சூழப்பட்டிருப்பதால், நம்முடைய ஊருக்கு எந்த மார்க்கமாய்ப் போகிறதென்றுந் தெரியவில்லை. அந்த விவரங்களெல்லாம் தெரிந்துகொண்டு, பிறகு அந்த இராஜ கன்னிக்கு மகுடாபிசேகம் செய்விப்பதைப் பற்றி யோசிக்கலாம். அதுவரையில் நம்முடைய எண்ணம் பிறர் அறியாதபடி இரகசியமாயிருக்க வேண்டும்" என்றேன். நான் சொன்னது சரியென்று ஞானாம்பாளும் அங்கீகரித்துக் கொண்டாள்.

அதற்குச் சில நாளைக்குப் பின்பு ஒரு நாள் காலையில், மந்திரி பிரதானிகள் முதலிய பெரிய உத்தியோகஸ்தர்களும், பெரிய பிரபுக்களும், இன்னும் அநேக மக்களும், அரண்மனையில் வந்து அரசனுடைய பேட்டிக்குக் காத்திருப்பதாகக் கேள்விப்பட்டு, நானும் ஞானாம்பாளும் எழுந்துபோய் வந்தவர்களுக்குப் பேட்டி கொடுத்தோம். அவர்கள் பெருங்கூட்டமாய் வந்திருந்தபடியால், நாங்கள் ஆச்சரியம் அடைந்து "என்ன விசேசம்?" என்று வினவினோம். வயோதிர்களான சில பெரிய பிரபுக்கள் எழுந்து ஞானாம்பாளைப் பார்த்து, "நாங்கள் ஒரு பெரிய காரியத்தை உத்தேசித்து வந்திருக்கிறோம். தாங்கள் ஒரு ஆட்சேபமும் சொல்லாமல் எங்களுடைய விருப்பத்தை நிறைவேற்ற வேண்டும்," என்றார்கள். ஞானாம்பாள் அவர்களை நோக்கி "நீங்கள் உத்தேசித்திருக்கிற காரியம் உத்தமமாயும் சாத்தியமாயும் இருக்கிற பட்சத்தில் அந்தப்படி செய்யத் தடையில்லை. ஆனால் காரியம் இன்னதென்று தெரிந்து கொள்ளாமல், எப்படி வாக்குத்தர முடியும்?" என்றாள்.

அந்தப் பிரபுக்கள் ஞானாம்பாளைப் பார்த்து "நீங்கள் கல்யாணமில்லாமல் பிரமசாரியாயிருப்பது எங்களுக்குப் பெரிய மனக்குறையாய் இருக்கிறது. எங்களுடைய முந்தின ராஜாவின் மகளுடைய அழகும் குணமும் உங்களுக்கு நன்றாய்த் தெரியும். அந்தப் பெண்ணினுடைய பாட்டியார் முதலான பந்துக்களுடைய கருத்தையும் அறிந்தோம். அவர்கள் எல்லாரும் அந்தப் பெண்ணை உங்களுக்குக் கன்னிகாதானம் செய்யப் பூரண சம்மதமாயிருக்கிறார்கள். அந்தப் பெண்ணினுடைய கருத்தும் தங்களையே நாடியிருப்பதாகவும் தெரிந்து கொண்டோம்."

இதைக் கேட்டவுடனே ஞானாம்பாள் திடுக்கிட்டுத் திகைத்து ஒன்றும் பேசாமல் என் முகத்தைப் பார்த்தாள். நான் அந்தப் பிரபுக்களைப் பார்த்து "நீங்கள் சொல்லுவது பெரிய

காரியமானதால் உடனே எப்படி மறுமொழி சொல்லக்கூடும்?" என்றேன். அவர்கள் என்னைப் பார்த்து, "நீங்களும் முயற்சிசெய்து இந்தக் காரியத்தை நிறைவேற்றினால் உங்களுக்கும் வேறே பெண் தேடி விவாகம் செய்விக்கிறோம். அனுகூலமான மறுமொழியைக் கேட்பதற்காக நாளைக்கு ஆவலுடனே வருவோம்!" என்று சொல்லிவிட்டு எல்லாரும் போய்விட்டார்கள்.

அவர்கள் எல்லாரும் போனபிறகு, ஞானாம்பாள் என்னைப் பார்த்து துக்க முகத்துடனே சொல்லுகிறாள் : "காரியம் இன்னும் பிரமாதமாய் வளருகிறதற்கு முன் உண்மையைச் சொல்லிவிடுவது உத்தமமாகக் காணப்படுகிறது. நாளைய தினம் அவர்கள் வந்து கேட்கும்போது நான் பெண்ணென்பதை அவர்களுக்குத் தெரிவிக்க யோசித்திருக்கிறேன்!" என்றாள். நான் அவளைப் பார்த்து "நீ சொல்வதெல்லாம் வாஸ்தவந்தான். ஆனால் இப்போது உண்மையை வெளியிடுவது விவேகமாகத் தோன்றவில்லை. மக்கள் எல்லாரும் உன்னை ஆண் என்றே நினைத்துச் சகல உபசார மரியாதைகளும் வணக்கமும் செய்து வருகிறார்கள். நீ பெண்ணென்று திடீரென்று கேள்விப்பட்ட மாத்திரத்தில் அவர்களுடைய புத்தி எப்படியிருக்குமோ தெரியாது. இந்தத் தேசத்தார் பெண்களை அற்பமாக எண்ணி அவர்களைப் பட்டாபிசேகத்துக்கு யோக்கியர்கள் அல்லவென்று நினைக்கிறார்கள். அன்றியும் நாம் அநேக உத்தியோகஸ்தர்களையும் படைகளையும் நீக்கி அநேகருடைய விரோதங்களைச் சம்பாதித்துக் கொண்டிருக்கிறோம். ஆகையால் இந்தச் சமயத்தில் உண்மையைச் சொல்வது சரியல்லவென்று நினைக்கிறேன்!" என்றேன்.

அவள் உண்மைக்காகத் தன் தலையைக் கொடுக்க சித்தமாயிருந்தாலும் எனக்கு என்ன பொல்லாங்கு

விளையுமோவென்று மட்டும் ஆலோசிப்பதாகத் தெரிந்து கொண்டேன். மறுநாள் காலையிலும் மந்திரி பிரதானி முதலிய சகல உத்தியோகஸ்தர்களும் ஊரிலுள்ள சகல பிரபுக்களும் அரண்மனையில் வந்து கூட்டம் கூடினார்கள். ஞானாம்பாள் அவர்களை நோக்கி, "மக்கள் அத்தனை பேரின் விருப்பத்திற்கும் விரோதம் செய்வது எனக்கு மெய்யாகவே வருத்தமாயிருக்கிறது. ஆனால் என்னாலே கூடாத காரியத்துக்கு நான் என்ன செய்வேன்? நீங்கள் கல்யாணமில்லாத பிரமசாரியென்று நினைத்து எனக்குக் கல்யாணம் செய்விக்க முயலுகிறீர்கள். நான் பிரமசாரியல்ல!" என்றாள்.

மக்கள், "உங்களுக்கு முன்னமே கல்யாணம் நடந்திருந்தாலுங் கூட அந்த இராஜ கன்னிகையை உங்களுக்கு விவாகம் செய்ய எல்லாரும் சம்மதிக்கிறார்கள். சகல சங்கதிகளையும் நாங்கள் முன்னமே கலந்து பேசிக்கொண்டுதான் உங்களிடத்துக்கு வந்தோம்!" என்றார்கள்.

ஞானாம்பாள் "பல ஸ்திரீ விவாகத்துக்கு கொள்ளுகிறவனுடைய சம்மதம் வேண்டாமா?" என்றாள்.

மக்கள், "கொள்ளுகிறவனுடைய சம்மதத்தைக் கேளாமலே இந்தத் தேசத்தில் கல்யாணங்கள் நடப்பது வழக்கமாயிருக்கின்றது. நாங்கள் அப்படிச் செய்யத் துணியாமல் உங்களுடைய சம்மதத்தைக் கேட்கவே வந்திருக்கிறோம்!" என்றார்கள்.

ஞானாம்பாள், "அந்தப் பெண்ணுக்காக இவ்வளவு பரிந்து பேசுகிற நீங்கள் அந்தக் கன்னிகையினுடைய தகப்பனார் ஆண் சந்ததியில்லாமல் இறந்துபோன உடனே பரம்பரை பாத்தியக் கிரமப்படி அந்தப் பெண்ணுக்கு பட்டாபிசேகம் செய்யவேண்டியது நியாயமாயிருக்க, நீங்கள் அந்தப்படி செய்யத் தப்பிப் போய்விட்டீர்கள்! யானையினுடைய கையிலே மாலையைக்

கொடுத்து அது யார் கழுத்திலே போடுகிறதோ அவனை அரசனாக நியமிப்பது இந்த ஊர் வழக்கமாயிருக்கிறது. மனிதர்களுடைய யோக்கியதை யானைக்கு எப்படித் தெரியக்கூடும்? அது ஒரு மூடன் கழுத்திலே மாலையைப் போட்டாலும் அவனை அரசனாக ஏற்றுக் கொள்ள வேண்டியதுதானா? அதைப் பார்க்கிலும் இறந்து போன இராஜாவினுடைய வாரிசையே நியமிப்பது உத்தமம் அல்லவா? உங்களுடைய அதிர்ஷ்டவசத்தால் உங்களுடைய பழைய இராஜாவின் குமாரத்தி பட்டாபிசேகத்துக்குச் சகல விதத்திலும் யோக்கியதை உள்ளவளாயிருக்கிறாள். அந்தப் பெண்ணுக்கு மகுடம் சூட்ட, நீங்கள் ஒரு ஆட்சேபமும் சொல்ல மாட்டீர்களென்று நம்புகிறேன்!" என்றாள்.

மக்கள், "மகாராசாவே! உங்களைப்போல தர்ம இராஜாக்கள் இந்த பூமண்டலத்தில் இருப்பார்களா? தங்களுடைய பட்டத்தை வேறொருவருக்குக் கொடுக்க யாராவது சம்மதிப்பார்களா? தகப்பன் உயிரோடு இருக்கும்போதே, தன் பிள்ளைக்குப் பட்டாபிசேகம் செய்யச் சம்மதிக்கிறதில்லை. இப்போது இராஜாக்கள் ஒரு சொற்ப தேசத்தைச் சம்பாதிப்பதற்காக எத்தனை உயிர்களைக் கொன்று எவ்வளவோ பாடுபடுகிறார்கள். புராணங்களிலே சொல்லப்பட்ட இராமன், தர்மன், அரிச்சந்திரன், நளன் முதலிய அரசர்கள்கூட, நிர்ப்பந்தத்தினால் சிலநாள் இராஜாங்கத்தைவிட்டு நீங்கியிருந்தார்களே அல்லாது மனப்பூர்வமாய் விட்டவர்கள் ஒருவருமில்லை. அந்த அரசர்கள் எல்லாரும் உங்களுக்குச் சமானமாவார்களா? இப்படிப்பட்ட தர்மராசாவை நாங்கள் ஒரு காலத்திலும் விடுவோமா? அந்த இராஜ கன்னிகைக்கு மகுடமும் மாலையும் சூட்டி, நீங்கள் மூவரும் கூடி அரசு புரிவதைக் காண விரும்புகிறோம்!" என்று சொல்லிவிட்டுப் போய்விட்டார்கள்.

அவர்கள் எல்லாரும் போனபின்பு, ஞானாம்பாள் என்னைப் பார்த்து "அத்தான்! இந்த மக்கள் சொல்வதைப் பார்த்தால் விபரீதமாயிருக்கிறது. அவர்கள் நம்முடைய இஷ்டப்படி அந்தப் பெண்ணுக்குப் பட்டாபிசேகம் செய்யச் சம்மதித்தது சந்தோசமான காரியந்தான். ஆனால் அந்தப் பெண்ணுக்கு நான் மாலை சூட்டி, ரோம் பட்டணத்தை ஒரு காலத்திலே மூவேந்தர்கள் ஆண்டதுபோல நீங்களும் நானும் அந்தப் பெண்ணும் ஆகிய மூவருங் கூடி அரசாள வேண்டுமென்பது மக்களுடைய விருப்பம் போலக் காணப்படுகிறது. இந்தத் தர்மசங்கடத்துக்கு என்ன செய்கிறது?" என்றாள். நான் ஞானாம்பாளைப் பார்த்து "நீ சம்மதித்துத்தானே அந்தப் பெண்ணுக்கு மாலை சூட்ட வேண்டும். உன்னுடைய சம்மதமில்லாமல் யார் என்ன செய்யக்கூடும்? அந்தப் பெண்ணுக்குச் சீக்கிரத்தில் மகுடாபிசேகம் செய்துவிட்டு நாம் ஒருவருக்குந் தெரியாமல் இந்த ஊரைவிட்டுப் புறப்பட்டுவிட்டால், அப்பால் மக்கள் என்ன செய்வார்கள்? ஆகையால் நீ எதற்கும் அஞ்சவேண்டாம்!" என்று அவளுக்குத் தேறுதல் சொன்னேன்.

அன்றைய தினம் மாலை வீதிக்குவீதி பேரிகை முழக்கமும் மக்களுடைய சந்தோச ஆரவாரமும் கேட்டு, "அது என்ன சப்தம்?" என்று சாரணர்களை விசாரித்தோம். அவர்கள் எங்களைப் பார்த்து, "மகாராசாவுக்கும் பழைய அரசருடைய புத்திரிகைக்கும் வருகிற சுக்கிரவாரம் காலையில் கல்யாண முகூர்த்தமும் அன்றைய தினம் மாலை அந்த ராஜபுத்திரிகைக்குப் பட்டாபிசேகமும் நடப்பதாகவும் அதற்காக எல்லாரும் ஊரை அலங்கரிக்க வேண்டுமென்றும் முரசு முழக்குகிறார்கள். அதைக்கேட்டு ஜனங்கள் எல்லாரும் ஆனந்த கோஷம் செய்கிறார்கள்!" என்றார்கள். இதைக் கேட்டவுடனே நாங்கள் பிரமித்துச் சிறிதுநேரம் சிலைபோல அசையாமல்

உட்கார்ந்திருந்தோம். அந்தச் சமயத்தில் மந்திரிகள் வந்து நுழைந்தார்கள். ஞானாம்பாள் அவர்களைப் பார்த்து "முரசு அறையும்படி யார் உத்தரவு கொடுத்தார்கள்?" என்று வினவினாள்.

மந்திரிகள், "மகாராசாவே! இன்று காலையில் நீங்கள் சொன்ன அபிப்பிராயத்துக்கு விரோதமாக ஒன்றும் நடக்கவில்லை. பட்டாபிசேகமும் கல்யாணமும் ஒரே தினத்தில் நடக்க வேண்டுமென்பது எல்லாருடைய பிரார்த்தனையாகவும் இருக்கிறது. இந்த விசயத்தில் எல்லாரும் ஒரு மனமாய் இருக்கிறார்கள். அவர்களுடைய கருத்துக்கு மாறாக செய்தால், பெரும் கலகத்துக்கு இடமாகுமென்று தோன்றுகிறது. மேலும் அந்த இராஜகுமாரத்தி தனக்குப் பட்டாபிசேகம் செய்துவிட்டு நீங்கள் போய்விடுவீர்களென்று நினைத்து, தனக்குப் பட்டாபிசேகமே வேண்டாமென்று அழுதது.

"நீங்கள் தன்னைக் கல்யாணம் செய்து கொள்வீர்களென்று கேள்விப்பட்ட பிறகுதான் அது சந்தோசமாயிருக்கிறது. உங்களுடைய முயற்சியினாலே தனக்குப் பட்டாபிசேகம் ஆகிறதென்று தெரிந்து கொண்டு முன்னையைப் பார்க்கிலும் நூறு பங்கு அதிகமாக உங்களிடத்தில் பாசமாயிருக்கிறது. ஆகையால், அந்தப் பெண்ணினுடைய ஆசையைக் கெடுக்க வேண்டாம் மகாராசாவே!" என்று சொல்லி, நாங்கள் மறுமொழி சொல்வதற்கு இடமில்லாமல், திடீரென்று சடுதியில் போய்விட்டார்கள்.

இந்தச் சமாசாரங்களைக் கேட்டபின்பு, முன்னே எனக்கிருந்த தைரியம் நீங்கி என் பாடு தடுமாற்றத்தில் வந்துவிட்டது. 'ஏறச்சொன்னால் எருதுக்குக் கோபம், இறங்கச் சொன்னால் நொண்டிக்குக் கோபம்' என்பது போல, நாங்கள்

அந்த ஊரில் இருந்தால் ஞானாம்பாள் அந்தப் பெண்ணுக்கு தாலி கட்ட வேண்டியதாயிருக்கிறது. மாட்டேனென்றால் ஊராருடைய பகையையும், அந்தப் பெண் பழியையும் சம்பாதித்துக் கொள்ள வேண்டியதாயிருக்கிறது. எங்களுடைய ஊருக்குப் போகலாமென்றால், கடலும் மலைகளும் சூழ்ந்த விக்கிரமபுரியை விட்டு இன்ன மார்க்கமாய்ப் போகிறதென்று தெரியவில்லை.

ஒருவரையும் கூட அழைத்துக் கொண்டு போகாமல் நானும் ஞானாம்பாளும் விடிவதற்குமுன் எழுந்து சில சமயங்களில் வெளியே உலாவப் போகிறது வழக்கமாயிருந்தது. நாங்கள் ஆதியில் விக்கிரமபுரிக்கு வந்தபோது ஏறிவந்த மலையின்மேல் ஏறி உலாவுவதும், அந்த மலைமேலிருக்கிற அரண்மனையில் இரண்டொரு நாள் வசிப்பதும் வழக்கமாயிருந்தது. அந்த வழக்கப்படி போகிறவர்கள்போல் நானும் ஞானாம்பாளும் ஒரு நாள் நடுச்சாமத்தில் எழுந்து வேறொருவரையும் கூட அழைத்துக்கொண்டு போகாமல் நாங்கள் மட்டும் புறப்பட்டுப் போய் அந்த மலைமேல் ஏறினோம். ஏறின உடனே நான் ஞானாம்பாளைப் பார்த்து "இனிமேல் இந்த ஊரில் இருப்பது சரியல்ல; ஆனால் நம்முடைய ஊருக்காவது ஆதியூருக்காவது எந்த மார்க்கமாய்ப் போகிறதென்று தெரியவில்லை. நாம் முன்னே வந்த வழியாய்ப் போகலாமென்றால் துஷ்டமிருகங்கள் நிறைந்த காடுகளைத் தாண்டி எப்படிப் போகக்கூடும்?" என்றேன். ஞானாம்பாள் என்னைப் பார்த்து "இந்த ஊரிலிருந்து கல்யாணம் செய்து கொள்வதைப் பார்க்கிலும், அந்த மிருகங்களுடன் வாசம் செய்வது நலமாகத் தோன்றுகிறது," என்றாள். அவள் மறுபடியும் என்னைப் பார்த்து "நாம் முன்னே ஏறி வந்த மலையின் தென்புறத்து வழியாக இறங்கிப் பார்ப்போம். கடவுளுடைய கிருபையால் அந்தக் காடுகளைக் கடந்து போவதற்குத் தகுந்த மார்க்கம் கிடைத்தாலும் கிடைக்கும்," என்றாள். அந்தப் பிரகாரம்

தென்புறத்தில் இறங்கி, அருணோதயத்துக்கு அடிவாரத்தில் வந்து சேர்ந்தோம். அடிவாரத்தில் முன்னேயிருந்த காடுகளெல்லாம் அழிக்கப்பட்டுப்போய், மனிதர்கள் சஞ்சரிக்கும்படியாயிருந்தது. உடனே நாங்கள் சாமியை வணங்கிவிட்டு தெற்கு வழியாக விரைந்து நடந்து போனோம். ஞானாம்பாள் ஆண் வேடத்தை மாற்றிப் பெண்வடிவாகவே வந்தாள். ஒரு பெரிய இராஜாங்கத்தை வேண்டாமென்று விட்டுவிட்டு ஓடுகிறவர்கள் எங்களைத் தவிர வேறொருவரும் இருக்கமாட்டார்கள்.

பயம் பின்னேயிருந்து எங்களைப் பிடித்துத் தள்ளிக் கொண்டு போனதால், ஓடுகிற சிரமங்கூடத் தெரியாமல் காதவழி தூரம் ஓடினோம். பிறகு கொஞ்ச தூரத்தில் ஒரு பெரிய கூடாரம் அடிக்கப்பட்டிருந்தது. "யாரோ வந்து கூடாரம் அடித்திருக்கிறார்கள்," என்று நாங்கள் பேசிக்கொண்டு அந்தக் கூடாரத்துக்கு உள்ளே நுழைந்தோம். தேவராஜப் பிள்ளையும் கனகசபையும் உள்ளேயிருந்தார்கள். எங்களைக் கண்டவுடனே ஆவலுடன் ஓடிவந்து தழுவிக்கொண்டு, சற்று நேரம் அங்கலாய்த்துப் பிறகு களிகூர்ந்தார்கள். நான் தேவராஜப்பிள்ளையைப் பார்த்து 'ஐயா! நாங்கள் பெரிய ஆபத்துக்குத் தப்பி ஓடிவந்திருக்கிறோம். யாராவது எங்களைத் தொடர்ந்து வந்தாலும் வருவார்கள். ஆகையால் நாம் புறப்பட்டு ஆதியூருக்குப் போவது நன்மை. வழியில் போகும்போது சகல சமாசாரங்களும் சொல்லுகிறேன்!" என்றேன். உடனே இரண்டு வண்டிகளில் குதிரைகள் பூட்டி, ஒரு வண்டியில் ஞானாம்பாளை ஏற்றுவித்துக்கொண்டு, மற்றொரு வண்டியில் நானும் தேவராஜப் பிள்ளையும் கனகசபையும் ஏறிக்கொண்டு புறப்பட்டோம்.

தேவராஜப்பிள்ளை என்னைப் பார்த்துச் சொல்லுகிறார் : "நீங்கள் இருவரும் காணாமல் போன சமாசாரத்தை உடனே உமது தாய், தந்தையர்க்கு தெரிவித்தேன். அவர்கள்

தாங்கமுடியாத துக்கம் உடையவர்களாய் ஆதியூருக்கு வந்தார்கள். இந்தக் காட்டு வழியாக அந்த யானை உங்களிருவரையும் தனித்தனியே தூக்கிக் கொண்டு போனதைப் பார்த்ததாகச் சிலர் சொன்னபடியால் உங்களைத் தேடுவதற்காக இந்தக் காடுகளையெல்லாம் அழித்து விட்டோம்!" என்றார். என்னுடைய தந்தை தாய் முதலானவர்கள் ஆதியூரில் வந்திருப்பதாகக் கேள்விப்பட்டவுடனே அவர்களைச் சீக்கிரத்திற் பார்க்க வேண்டுமென்கிற பெரிய அவாவுடன் சென்றேன்.

என்னையும் ஞானாம்பாளையும் பார்த்தவுடனே எங்களுடைய தாய் தந்தையர் ஓடிவந்து எங்களை ஒருவர் மாற்றி ஒருவர் கட்டிக்கொண்டு ஆறுதலானார்கள். அவர்களுடைய தேக மெலிவையும் இளைப்பையும் பார்த்த உடனே எங்களுக்கு ஆற்றாமையும் துக்கமும் உண்டாகி இனிமேல் ஒரு காலத்திலும் அவர்களை விட்டுப் பிரிகிறதில்லையென்று சபதம் செய்துகொண்டோம். நாங்கள் ஊரை விட்டுப் போன பிறகு விக்கிரமபுரியில் நிகழ்ந்த சகல விபரங்களையும் என்னிடத்தில் கேள்விப்பட்ட பிரகாரம் தேவராஜப் பிள்ளையும் கனகசபையும் வர்ணித்து வர்ணித்து என் பெற்றோர், மாமனார், மாமியார் முதலானவர்களுக்குத் தெரியப்படுத்தினார்கள். அதைக் கேட்டவுடனே எல்லாருக்கும் உண்டான ஆச்சரியமும் ஆனந்தமும் அபரிமிதமே.

மறுநாட் காலையில் ஞானாம்பாள் என்னிடத்திலும் என் தாயாரிடத்திலும் ஆலோசனை செய்து கொண்டு தான் பெண்ணென்பது முதலான விவரங்களைக் கூறி ஆனந்தவல்லிக்கு ஒரு கடிதம் எழுதியனுப்பினாள். அந்த கடிதத்தோடு கூட, மந்திரி பிரதானிகள் முதலான

உத்தியோகஸ்தர்கள் நடக்க வேண்டிய வழிமுறைகள் பற்றியும் அவர்களுக்கும் கடிதங்கள் அனுப்பினோம்.

நாங்கள் விக்கிரமபுரிக்கு அனுப்பின கடிதங்கள் போய்ச் சேர்ந்த உடனே ஆனந்தவல்லி, மந்திரி பிரதானிகள் முதலிய அதிகாரிகளும், இன்னும் அநேக பிரபுக்களும், ஜனங்களும் எங்களைக் கண்டு கொள்வதற்காக ஆதியூருக்கு வந்தார்கள். ஆனந்தவல்லி முன்னே ஆண் வடிவமாகப் பார்த்த ஞானாம்பாளை இப்போது பெண்வடிவமாகக் கண்டவுடனே பிரமித்து மதிமயங்கி முகம்மாறி முத்து முத்தாகக் கண்ணீர் வடித்தாள். அதைக் கண்டவுடனே ஞானாம்பாளும் மனம் உருகி அழுதாள். என்னுடைய தாயார் அவர்கள் இருவரையும் அழைத்து வைத்துக் கொண்டு ஆனந்தவல்லி மனந்தேறும்படியாக அநேக உறுதிகளைச் சொன்னார்கள். ஆனந்தவல்லி ஒருவாறு மனந்தேறின பிறகு அவள் ஞானாம்பாளைப் பார்த்து, "அக்கா! எனக்குத் தாயும் தந்தையுமாயிருந்து சகல உபகாரங்களையும் செய்து வந்த நீங்கள் இப்போது என்னை அந்தரத்தில் விட்டுவிட்டு வந்துவிடலாமா? ஒன்றும் தெரியாத சிறு பேதையாகிய நான் எப்படி அரசாங்கத்தை நிர்வகிப்பேன்? ஆகையால் நீங்களும் உங்கள் நாயகரும் வந்து முன்போல அரசு செய்ய வேண்டும்!" என்று மிகவும் நைச்சியமாகப் பிரார்த்தித்துக் கொண்டாள். அப்படியே மந்திரி பிரதானிகள் முதலிய மற்றவர்களும் வேண்டிக் கொண்டார்கள். ஞானாம்பாள் ஆனந்தவல்லியைப் பார்த்து "இராஜபுத்திரியாகிய உனக்கே அந்த அரசாங்கம் சொந்தம். அதில் பிரவேசிக்க எங்களுக்குப் பாத்தியமும் இல்லை; இஷ்டமும் இல்லை. நான் குடித்தன முறையை அனுசரித்து என்னுடைய நாயகர் மாமனார் மாமியார் முதலானவர்களை உபசரிக்க வேண்டியவளே தவிர, நான் அரசு

செய்வது தகுதி அல்ல!" என்றாள். என்ன நியாயம் சொல்லியும் ஆனந்தவல்லி ஒப்புக்கொள்ளாமல் இருந்தாள்.

பிறகு நாங்களும் எங்கள் தாய் தந்தையர் முதலியவர்களும் விக்கிரமபுரிக்கு வந்து எங்கள் கையாலே ஆனந்தவல்லிக்குப் பட்டாபிசேகமாவது செய்துவிட்டு வரவேண்டுமென்று எல்லாரும் ஒரே வாக்காய்க் கேட்டுக் கொண்டார்கள். அந்தப்படி நாங்களும் எங்களுடைய தாய் தந்தை முதலானவர்களும் தேவராஜப் பிள்ளையும் அவருடைய குடும்பத்தாரும் விக்கிரமபுரிக்குப் போய் ஆனந்தவல்லிக்கு மகுடாபிசேகம் செய்வித்தோம். அந்த ஊரார் தங்களை ஆண்ட மகாராசா பெண்ணென்று தெரிந்த உடனே முன்னையைப் பார்க்கிலும் பதின்மடங்கு அதிக விசுவாசமும் பக்தியும் உள்ளவர்களாய் ஞானாம்பாளையும் என்னையும் மட்டுமிதமில்லாமல் வாழ்த்தினார்கள். நாங்கள் அந்த வாழ்த்துக்களையே உயர்வாக எண்ணி மனமகிழ்ச்சியுடன் ஆதியூருக்குத் திரும்பினோம்.

நாங்கள் ஆதியூருக்குப் போய் ஒருநாள் தங்கியிருந்து மறுநாள் தேவராஜப் பிள்ளை முதலானவர்களிடத்தில் விடைபெற்றுக் கொண்டு சத்தியபுரிக்குப் பயணம் புறப்பட்டோம். வழியில் உள்ள ஊர்களில் வைசூரி கண்டு அநேக ஜனங்கள் மடிந்து போனார்கள். சில பிரேதங்கள், எடுத்து அடக்கம் செய்ய உடமையானவர்கள் இல்லாமல் மார்க்கங்களில் நாறிக் கிடந்தன. அந்தப் பிரேதங்களுக்கு நாங்கள் செலவு கொடுத்து உரியதைச் செய்வித்தோம். ஆதியூருக்கும் சத்தியபுரிக்கும் நடு மத்தியான சந்திரகிரியென்னும் ஊர் வழியாக நாங்கள் போகும்பொழுது ஞானாம்பாளுக்கு அம்மைக் கொப்புளங்கள் உண்டாகி எங்களுடைய பயணத்தை நிறுத்தும்படியாகச் சம்பவித்தது.

ஞானாம்பாளுக்கு அந்தப் பயங்கரமான வியாதி கண்ட உடனே எங்களுக்கு உண்டான பயத்தையும் வியாகூலத்தையும் நான் எப்படி விவரிக்கப் போகிறேன். அந்த ஊரிலே வசிக்கிறதுக்குத் தகுந்த சத்திரமாவது சாவடியாவது இல்லாமலிருந்தபடியால், நாங்கள் கூடாரம் அடிக்க முற்பட்டோம். அப்போது "அம்மை கண்டவர்களையெல்லாம் அந்த ஊரிலுள்ள கவர்ன்மெண்டு வைத்தியசாலைக்குக் கொண்டுபோய் வைத்தியம் பார்க்கவேண்டுமென்றும், அப்படிச் செய்யாமல் வீடுகளிலாவது மார்க்கங்களிலாவது அந்த வியாதியஸ்தர்களை யார் வைத்திருக்கிறார்களோ அவர்கள் தண்டிக்கப்படுவார்கள்!" என்றும் கவர்ன்மெண்டார் தண்டோரா மூலமாக விளம்பரம் செய்தார்கள்.

ஞானாம்பாளை வைத்தியசாலைக்குக் கொண்டு போக மனமில்லாமல் நாங்கள் தத்தளித்துக் கொண்டிருக்கும்போது அவள் வியாதியாயிருப்பது எப்படியோ சில இங்கிலீஷ் டாக்டர்களுக்குத் தெரிந்து அவர்கள் எங்களிடத்தில் வந்து அம்மை கண்ட பெண்களுக்கு வைத்தியசாலையில் இங்கிலீஷ் துரைசானிகள் வைத்தியம் செய்வதால் ஒரு குறைவும் உண்டாகாதென்றும் ஞானாம்பாளை உடனே வைத்தியசாலைக்கு அனுப்பவேண்டுமென்றும் கூறினார்கள். நாங்கள் அந்தப் பிரகாரம் ஞானாம்பாளை வைத்தியசாலையில் கொண்டு போய்விட்டோம். அந்த டாக்டர்கள் ஞானாம்பாளை ஒரு தனி அறையில் வைத்து இங்கிலீஷ் துரைசானிகளைக் கொண்டு சகல பக்குவங்களும் செய்வித்தார்கள். ஞானாம்பாள் பதினைந்து நாள் வியாதியாயிருந்தாள். அந்தப் பதினைந்து நாளும் பதினைந்து யுகம்போல இருந்தது. வைத்தியர்கள் எங்களைக் காணும் போதெல்லாம் "சௌக்கியம் ஆகும்! சௌக்கியம் ஆகும்!" என்று சொல்லிக் கொண்டு வந்தார்கள்.

பதினாறாம் நாள் வைத்தியர்கள் எங்களைக் கண்டவுடனே அழுது கொண்டு "காரியம் மிஞ்சி போய்விட்டது. விசனப்படவேண்டாம்!" என்றார்கள். அந்த வார்த்தையைக் கேட்டவுடனே ஆயிரம் இடி எங்கள் தலைமேலே விழுந்ததுபோல அடித்து மோதிக் கீழே விழுந்து புரண்டு புரண்டு பொருமினோம்; புலம்பினோம்; பதறினோம்; கதறினோம். ஞானாம்பாளுடைய உத்தரக்கிரியைகளைச் செய்யும்படி பிரேதத்தை எங்களிடத்தில் ஒப்புவிக்கும்படி கேட்டுக் கொண்டோம். அம்மையினால் இறந்து போகிற பிரேதங்களை வெளியே கொண்டு போகாமல் அந்தக் கொல்லையிலே அடக்கம் செய்யும்படி, மேல் அதிகாரிகள் உத்தரவு செய்திருப்பதாகவும், ஆகையால் பிரேதத்தைக் கொடுக்க மாட்டோமென்று சொன்னார்கள். பிரேதத்தைக் கைப்பற்றுகிறதற்கு நாங்கள் எவ்வளவோ பிரயாசைப்பட்டும் பயன்படவில்லை. அம்மை மும்முரமாயிருக்கிற அந்த ஊரில் ஒருவரும் இருக்கக்கூடாதென்றும், உடனே அவரவர்களுடைய ஊர்களுக்குப் போய்விட வேண்டுமென்றும் அதிகாரிகள் ஒரு பக்கத்தில் நிர்ப்பந்தித்தார்கள்.

ஞானாம்பாள் வியாதியாயிருக்கும் போது அவளுக்கு எங்கள் கையாலே பக்குவங்கள் செய்யக்கூடாமலும், அவள் இறந்த பிறகு அவள் முகத்திலேகூட விழிக்கக் கூடாமலும் அவளுடைய பிரேதத்தையாவது எங்கள் கையிலே எடுத்து அடக்கம் செய்வதற்குக்கூட இடமில்லாமலும் போய்விட்டதால் நாங்கள் பட்ட துயரம் இவ்வளவென்று விவரிக்க ஒருவராலும் கூடாது. நான் உடனே மெய்சோர்ந்து மூர்ச்சித்து சுயநினைவு தப்பிப் போய்விட்டேன். அப்பால் நடந்தது யாதொன்றும் எனக்குத் தெரியாது.

சத்தியபுரிக்குப் போன பிறகுதான் எனக்கு மயக்கந் தெளிந்து, நல்ல நினைவு வந்தது. அப்போது என் தாய் தந்தையர்

முதலானவர்கள் எல்லாரும் என் படுக்கையைச் சுற்றி அழுதுகொண்டு நின்றார்கள். நான் கண்ணை விழித்த உடனே என் தாயாரைப் பார்த்து "ஞானாம்பாள் எங்கே அம்மா?" என்றேன். அவர்களும் மற்றவர்களும் ஒன்றும் சொல்லாமல் தேம்பித் தேம்பி அழுதார்கள். நான் மறுபடியும் மெய்சோர்ந்து மனங்கலங்கி அறிவு தடுமாறித் துக்கித்தேன். எங்களுடைய வீட்டில் ஞானாம்பாள் இருந்த இடத்தையும் அவள் கட்டின வஸ்திரங்களையும், அவள் படித்த புத்தகங்களையும், மற்ற சாமான்களையும் பார்த்துப் பார்த்துக் கண்ணீர்விட்டுக் கரைந்தேன். என் தாயார் எனக்குப் பல சமயங்களில் ஆறுதல் சொல்ல ஆரம்பித்தார்கள். அவர்கள் வாயைத் திறக்கும் போதெல்லாம், அழுகையும் துக்கமும் அடைத்துக் கொண்டு, அவர்களைப் பேசவொட்டாமல் செய்துவிட்டது.

ஞானாம்பாள் ஊரில் வந்தாவது இறந்து போகாமல், மார்க்கத்தில் இறந்து போனதற்காக நாம் அதிகமாகத் துக்கிக்கிறோம். அவள் ஊரில் வந்து இறந்துபோனால் நாம் துக்கிக்காமல் இருப்போமா? நாட்டில் இருந்தாலும், காட்டில் இருந்தாலும், வீட்டில் இருந்தாலும், எங்கே இருந்தாலும் இறப்பது நிச்சயந்தானே! மரணத்தை யார் தடுக்கக்கூடும்? எனக்கு என் தாயார் சொன்ன புத்திமதிகளெல்லாம் நீர் மேல் எழுத்துப்போலவும், கல்லின்மேல் விதைத்த விதை போலவும் பயன்படாமற் போய்விட்டன. எனக்கு ஆறுதல் சொன்ன என் தாயாரே ஆறுதல் இல்லாமல், ஓயாத மனமடிவுள்ளவர்களாக இருப்பார்களானால், என்னுடைய நிலைமையை நான் விவரிக்க முடியுமா? நாங்கள் கரை காணாத துக்கக் கடலில் அமிழ்ந்து, கரை ஏறுவதற்கு வழியில்லாமல் கலங்கிப் பரிதவித்துக் கொண்டிருக்கும்போது, ஒருநாள் தேவராஜப் பிள்ளையும் கனகசபை முதலானவர்களும் எங்களுடைய வீட்டுக்குள்ளே

வந்து நுழைந்தார்கள். ஞானாம்பாள் குறித்துச் சந்திரகிரியில் இருந்து துக்கம் விசாரிக்க வந்திருப்பார்களென நினைத்துத் தேவராஜப் பிள்ளையையும் கனகசபையையும் நான் தனித்தனியே கட்டிக்கொண்டு அழுதேன். அவர்கள் என்னோடு கூட அழவுமில்லை. முகத்தில் துக்கக் குறி விளங்கவுமில்லை. அவர்கள் இரக்கமில்லாத மனிதர்களென்று நினைத்து நான் முகத்தைச் சுளித்துக்கொண்டு அப்பால் போய் மௌனமாயிருந்தேன்.

உடனே தேவராஜப்பிள்ளை என்னைப் பார்த்து, "சந்தோசச் செய்தி கொண்டு வந்திருக்கிறோம். நீங்கள் அழ வேண்டாம். உங்களுடைய துக்கத்தைக் கடவுள் சந்தோஷமாக மாற்றிவிட்டார். எப்படியென்றால் உங்களுடைய துக்கக் கடிதம் வந்தவுடனே நாங்கள் அளவில்லாத துக்கத்துடன் உங்களை வந்து கண்டு கொள்வதற்காக உடனே பயணம் புறப்பட்டோம். ஞானாம்பாள் இறந்த வகையைக் குறித்து விசாரிப்பதற்காக வைத்தியசாலைக்குப் போனோம். அம்மை வியாதியின் கடுமையினால் ஞானாம்பாளுக்கு வெகுநேரம் மூச்சு அடங்கியிருந்ததாகவும், அதைக் கொண்டு அவள் இறந்து போனதாக எண்ணி அடக்கத்துக்கு ஏற்பாடு செய்ததாகவும், பிறகு ஸ்வாமி கிருபையினால் ஞானாம்பாளுக்குப் போன உயிர் திரும்பி வந்துவிட்டதாகவும், இன்னமும் அவள் வைத்தியசாலையிலே இருப்பதாகவும், இனிமேல் உயிருக்கு பயமில்லையென்றும் கேள்விப்பட்டோம்.

"உடனே வைத்தியசாலைக்குள்ளே போய் ஞானாம்பாளை பார்வையிட்டுப் பரம சந்தோசம் அடைந்தோம். ஞானாம்பாளுக்கு வைத்தியம் பார்த்த டாக்டர்களை எனக்குத் தெரியுமானதால் ஞானாம்பாளை ஊருக்கு அழைத்துக் கொண்டு போவதற்காக

என் வசத்தில் ஒப்புவிக்கும்படி கேட்டுக் கொண்டேன். அவர்கள் 'ஞானாம்பாள் மிகவுந் பலவீனமாய் இருப்பதால் இரண்டு நாளைக்குப் பிறகு அழைத்துக் கொண்டு போக வேண்டும்,' என்றார்கள். நாங்கள் அந்தப் பிரகாரம் மூன்று நாள் வரைக்கும் காத்திருந்து ஞானாம்பாளை அழைத்துக் கொண்டு வந்திருக்கிறோம். ஞானாம்பாளும் என்னுடைய மனைவியும் மருமகளும் ஒரு வண்டியில் இதோ வருகிறார்கள். நாங்கள் இந்தச் சந்தோச சமாசாரம் சொல்வதற்காக முந்தி வந்தோம்!" என்றார்.

அவர் வார்த்தை முடிவதற்குமுன் ஞானாம்பாளும் மற்றவர்களும் வந்து உள்ளே புகுந்தார்கள். நான் என் மனைவியைக் கண்டேன். கவலையெல்லாம் மறந்தேன். உள்ளம் பூரித்தேன். பரமாற்புதமாக ஞானாம்பாளைப் பிழைப்பித்த ஜகதீசனுடைய பெருங்கருணையை நினைந்து நினைந்து ஆனந்தக் கண்ணீர் சொரிந்து அடிக்கடி மானசீகமாக வணங்கினேன். நாங்கள் எல்லாரும் துக்கக்கடலினின்று கரையேறி ஆனந்த சமுத்திரத்தில் ஆடிக்கொண்டிருக்கும் பொழுது, ஆனந்தவல்லியும் அவளுடைய பரிவாரங்களும் வந்து சேர்ந்தார்கள். ஞானாம்பாள் இறந்த செய்தி கேட்டது முதல், ஆனந்தவல்லி அழுதழுது முகம் வீங்கிப் போயும் தேகம் இளைத்துப் போயும் இருந்தாள். ஞானாம்பாள் உயிரோடிருப்பதைப் பார்த்தவுடனே ஆனந்தவல்லி என்கிற பெயர் அவளுக்கே தகும் என்று சொல்லும்படியாகப் பிரம்மானந்தம் அடைந்து தேக பரவசம் ஆனாள்.

பிறகு சாமியாரினி அம்மாளும் அவளுடைய புருஷன், பிள்ளை முதலானவர்களும் வந்து, எங்களுடைய சந்தோசத்தைப் பகிர்ந்துக் கொண்டார்கள். அவர்கள் எல்லாரையும் நாங்கள் ஒரு மாதம் வரைக்கும் நிறுத்தி வைத்துக் கொண்டு, ஞானாம்பாள்

பிழைத்ததற்காகத் தினந்தோறும் தேவாராதனைகளும், ஏழைகளுக்குத் தான தர்மங்களும் செய்து வந்தோம். பிறகு ஊரில் இருந்து வந்தவர்கள் எல்லாருந் தனித்தனியே எங்களிடத்தில் விடைபெற்றுக் கொண்டு அவர்களுடைய ஊருக்குப் பிரயாணம் ஆனார்கள்.

ஆனந்தவல்லி, அவளுக்குப் உறவான இராஜகுமாரனைப் கல்யாணம் செய்துகொண்டு சேமமாயிருக்கிறாள். விக்கிரமபுரிக்கும் சத்தியபுரிக்கும் விவாகமானதுபோல் அந்த ஊர்கள் ஒன்றையொன்று எப்போதும் தழுவிக் கொண்டேயிருக்கின்றன. அந்த ஊரில் இருக்கிறவர்கள் இந்த ஊருக்கும் அடிக்கடி போக்குவரவாய் இருக்கிறார்கள். அப்படியே சத்தியபுரியும் ஆதியூரும் சவுக்கியமாகவே இருக்கின்றன.

என் தாயாருடைய கீர்த்திப் பிரதாபமும் ஞானாம்பாளுடைய திறமையும் ஐரோப்பா வரைக்கும் எட்டி, சக்கரவர்த்தினியர்கள் கிருபை கூர்ந்து அவர்கள் இருவருக்கும் 'ராஜஸ்திரீகள்' என்கிற பட்டமும் கொடுத்து அநேக ஜாகீர்களும் விட்டார்கள். தெய்வ அனுக்கிரகத்தினாலும் உங்களுடைய ஆசீர்வாத மகிமையினாலும் நாங்கள் சகல சம்பத்துகளும் பெற்றுச் சந்தோசமாக ஜீவிக்கிறோம். இந்தச் சரித்திரத்திலே விவரிக்கப்பட்ட பலரும் இந்த நிமிடம் வரையில் ஒரு குறையும் இல்லாமல் சுகஜீவிகளாயிருக்கிறார்கள். அப்படியே இதை வாசிக்கிறவர்கள் எல்லாரும் நலமுடன் நித்திய மங்களமாய் வாழ்ந்திருக்கக் கடவர்கள்!

(முற்றும்)